வறுமையின் பசி

கவிஞர் பாரதி பிரபா

புக் வெஞ்சர்ஸ்

வறுமையின் பசி
ஆசிரியர் ©கவிஞர் பாரதி பிரபா

முதற்பதிப்பு 2021
பக்கங்கள் 172

Published by Book Benchers 2021

ISBN 978-93-91423-16-2

ThebookBenchers@gmail.com
Contact 9944992571

Afflicated By
Aelay Publish
www.aelaypublish.com

அணிந்துரை

கொடிது கொடிது வறுமையின் கொடியது அதனினும் வறுமையில் கொடியது என்றார் ஔவையார். உணவின்மை மட்டும் வறுமை அல்ல கல்வியின்மை, உடை, உறைவிடம் இன்மை, வேலையின்மை, சுகாதாரமின்மை, சமூக ஏற்றத்தாழ்வு, கைவிடப்பட்ட நிலையில் என வறுமைக்கு பல பரிமாணங்கள் உண்டு. நம் நாட்டில் எத்தனை முன்னேற்றங்கள் ஏற்படுத்தினாலும் வறுமையில் உள்ளவர் நிலை மட்டும் மாறாமல் இருப்பது வருத்தத்திற்குரியதாக உள்ளது.

நம் நாட்டில் கோயில்களில் உள்ளே இருப்பவர்களைக் காட்டிலும் வெளியே பசியால் தவிப்பவர்கள் தான் அதிகம். ஏழையின் சிரிப்பில் இறைவனைக் காண இயலும் ஒரு அற்புத மார்க்கத்தை மக்களுக்கு எடுத்துரைக்க கூடிய கவிதை களஞ்சியமாக இந்நூல் அமைகிறது. பல கவிஞர்களின் விரல் நுனியில் பிறந்த சிந்தனைகள் ஒருசேர காண முடியும்.

“வறுமையின் பசி” நிச்சயம் உங்கள் சிந்தனை பசியை போக்கும்.

“வீட்டில் இரு விலகி இரு என்ற விதிமுறைப்படி

விரதத்துடன் விருந்தாகி வைரஸ்க்கு”

என்ற உண்மை நமது நாட்டின் நிலையை உணர்த்துகிறது. படிக்க அழகாயும், சிந்திக்க ஆழமாகவும் விளக்கும் வரிகள். சில கவிதைகள் மேல் கண்ணீர் துளிகள் தானாய் காகிதங்களை நனைக்க தொடங்க, தொடர்ந்தேன் என் வாசிப்பின் பயணத்தை “பசிப்பிணி எனும் பாவி. அப்பாவியைப் பூட்டி வைக்க இல்லையே சாவி” என்னும் வரிகள் எல்லாம் தமிழோடு விளையாடியபடியே என் நெஞ்சத்தை உருக்கியது.

ஆனால் ஒன்றை என்னால் உறுதியாக வரைக்க முடியும். இந்த தொகுப்பு நிச்சயம் எல்லோரையும் சென்றடைய வேண்டும். அதன் விளைவாக உதவி கரங்கள் உயர்ந்து ஏந்தும் கரங்களின் ஏக்கம் குறையும்.

இந்நூலை எனக்கு பரிந்துரை செய்த தமிழ் ஆர்வலர், சகோதரர் பாக்கியராஜ் அவர்களுக்கு எனது மனமார்ந்த நன்றிகளும் வாழ்த்துகளும் உண்மையான இறைவன் நமக்குள்ளே இருக்கிறார். அந்த இறைவனை வெளிக் கொணர்ந்து அன்பும் ஈகைப் பண்பும் மண்ணில் வளர்ந்தோங்க இந்நூல் வழி செய்யும். நிச்சயம் இந்நூல் நல்லோர்களை அடையாளம் வழிகாட்டி நல்ல வெற்றிகளை அடைந்து வறுமை என்ற சொல் புழக்கத்தில் இல்லாத நிலை உருவாக எல்லாம் வல்ல இறைவனை பிரார்த்திக்கிறேன்

இப்படிக்கு
ர.யோகலஷ்மி, ஈரோடு
(தளிர்விடும் தமிழ் பேச்சாளர்)

வாழ்த்துரை

ஆதிகாலத்தில் தோன்றிய உலகம் உயிரினங்கள் உயிர்வாழ அடித்தோன்றளாக இருப்பதும் இருந்து கொண்டு இருப்பது பசியும் வறுமையும் ஆகும். கனிகளையும் பழங்களையும் காய்களையும் மாமிசங்களையும் பசியால் ருசியின் அருந்திய காலங்கள் உண்டு பல நூற்றாண்டுகள் கடந்து போய்விட்டது காலத்தின் சில சூழல்கள் பசியும் பட்டினியும் வறுமையையும் இன்றும் உலகளவில் நாம் அறிந்து கொண்டு இருக்கிறோம் தெரிந்து வாழ்ந்து கொண்டு இருக்கிறோம் பசி என்பது ஒரு உணர்வு என்று சொல்வதை விட உயிர் என்று கூட நாம் சொல்லலாம் நீர் பருகி வாழ்ந்த வாழ்நாளும் எச்சை இலைகளில் பிச்சை எடுக்கும் இன்நாள் சூழலை கண் குளிர பார்பது உண்டு அய்யோ என நினைத்து தன் கையில் இருப்பதை பகிர்ந்து வழங்கிம் மக்களின் காட்சிகளையும் பார்ப்பதும் உண்டு மனிதனும் விலங்குகளும் சாலைகளில் கிடக்கும் குப்பைத் தொட்டிகளை ஒன்றாக அலைச்சளுடன் தேடுவதை நாம் கண்டு விலகியதும் உண்டு ஆனால் தன் வீட்டு நாய்க்குட்டிகளுக்கு விதவிதமாக உணவு வகைகள் வாங்கி போடுவதும் உண்டு அந்த நேரத்தில் தன் வாசக்கதவை தட்டும் ஓர் குழந்தையுடன் சுமந்து அம்மா என்று குரலைக் கேட்டும் கதவை பூட்டிக் கொள்வதை நாம் பார்க்கிறோம் வறுமையின் காலங்களால் பசியில் எலும்பு உருகி நோயினால் உயிர் இழந்த காலங்களில் வாழும் ஒரு மரபு உண்டு பசி என்ற பாத்திரத்தில் பிச்சை எனும் பணத்தை போடுவதை விட பசி எண்ணும் உணவை கொடுப்பது அவ்வளவு நிறைவானது இந்த உலகில் யாரும் உயர்ந்தவரும் தாழ்ந்தவரும் இல்லை ஏனென்றால் அவருக்கும் பசி எடுக்கும் கோயில்களில் சிலர் அண்ணதானம் போடுவது இயல்பு ஆனால் அந்த அன்னதானத்திற்கு காத்து கிடக்கும்

பல வறுமை பசியாளர்களும் காத்திருப்பதுண்டு நாம் வாழும் காலங்களில் நம்மிடம் இருப்பதை பகிர்ந்து கொடுங்கள் தவறில்லை இன்று நாம் பலருக்கு பகிர்ந்தளித்தால் நாளை நமக்கு ஒருவர் பகிர்ந்தளிப்பார் என்ற எண்ணத்திலே கூட நாம் அதை செய்யலாம் ஏனென்றால் கோடியில் வாழ்பவன் ஒரு நாள் தெரு கோடியிலும் வாழலாம் யார் எங்கு வாழ்ந்தாலும் பசியின் பிணிக்காக உயிர் வாழ்கிறோம் பட்டினியை போக்கும் வறுமையை ஒழிக்க அனைவரும் உழைத்துக் கொண்டு இருக்கிறோம் இந்த நூலின் பலரின் வரிகள் பல கோணங்களில் மனதை மழுங்க வைக்கிறது கலங்க செய்கிறது இதய வால்வுகளை சுக்கு நூறாக கிழித்தெரிகிறது வரிகளில் நனைந்த அனைத்து விரல்களுக்கும் இந்த எளியவனின் வணக்கங்களும் வாழ்த்துகளும் மேலும் பல சாதனைகள் புரிய மேலும் நீங்கள் ஆர்பரிப்போடு எழுதுங்கள் உங்களின் வறுமையின் பசி மக்கள் அனைவரிடமும் சென்றடைய வேண்டும் என மனதார வணங்கி வாழ்த்துகிறேன்...

கவிஞர்.வழ.வி.அகத்தியன்
பழங்குடியினர் செயற்பாட்டாளர்

நன்றியுரை

இணை – ஆசிரியர்களுக்கு

!வாசகர்களுக்கு நன்றி!

தன் விவரம்

கவிஞர் பாரதி பிரபா (எ) பிரபாவதி சே

புனைப்பெயர் : கவிஞர் பாரதி பிரபா

இயற்பெயர் : பிரபாவதி சே

பிறந்த தேதி : 10/6/1998

தந்தை பெயர் : சேகர்

தாயார் பெயர் : தவமணி

பிறந்த ஊர் : சேலம்

கல்வி: பிபிஏ (தொழில் மேலாண்மை)

(விவேகானந்தா கலை மற்றும் அறிவியல் கல்லூரி, திருச்செங்கோடு)

மாவட்டம் : சேலம்

படைப்புகள்:

- **கவி ராட்சஷியின் காதல் நீ! – பதிப்பு 2020**
- **காதல் ஹைக்கூ! – பதிப்பு 2020**

இனி வருபவை

- **கல்லறை சுவாசம் (கவிதை)**
- **தீண்டாமை (கவிதை)**
- **காதலர்கள் தினம் (கவிதை)**

விருதுகள்

- **கவிச் சிற்பி காந்தி விருது 2020**

(தாய் உள்ளம் அறக்கட்டளை மற்றும் ரீச் மீடியா மற்றும் JCI ஓசூர் சிப்காட்)

- **கலாம் சிறகுகள் விருது 2020**
- **இளம் சாதனையாளர் 2020**
- **கவிச்சுரியன் விருது (சோலைப் பதிப்பகம்)**
- **MY DREAM FOR TRANSFORMATION EVENT - Poem (Living In the Environment of Development India)**

(Abdul kalam vision India Movement, Chennai)

- **MY DREAM FOR TRANSFORMATION EVENT - PHOTOGRAPHY (Natural Scenaries / Social Changes Needed) (Abdul kalam vision India Movement, Chennai)**

- **MY DREAM FOR TRANSFORMATION EVENT - DRAWING (Living In the Environment of Development India)**

(Abdul kalam vision India Movement, Chennai)

- **MY DREAM FOR TRANSFORMATION EVENT - Poem (Things To Follow when Living with Corona)**

(Abdul kalam vision India Movement, Chennai)

- **MY DREAM FOR TRANSFORMATION EVENT - DRAWING (Things To Follow when Living with Corona)**

(Abdul kalam vision India Movement, Chennai)

மற்றும் பல

முகநூல் ஐடி : கவிஞர் பாரதி பிரபா

மின்னஞ்சல் : prabhavathi106s@gmail.com Instagram id : beloved_bharathi Twitter : கவிஞர் பாரதி பிரபாயூடியூப் சேனல் : Tamizhachi Bharathi

உணவை வீணாக்காதீர்கள்!

உணவை வீணாக்காதீர்கள்
பாவம் எத்தனையோ பேரு
உணவின்றி தவிக்காதீர்கள்!
ஒருவேளை பசியை
உணர்ந்து இருந்தீர்கள்?
என்றால் உணவில்
அருமை புரிந்து இருப்பீர்கள்!
ஒருமுறை வறுமையை
உணர்ந்து இருந்தீர்கள்?
என்றால் பசியின்
அருமை புரிந்து இருப்பீர்கள்!
பசியில் வறுமையும்
வறுமையில் பசியும்
ஒவ்வொரு மனிதனும்
ஒருமுறையாவது
சந்திப்போம்!
நம் வாழ்வில்...

- **கவிஞர் பாரதி பிரபா**

விருந்து

தலைவிரித்த வாழை இலை உண்டு
இலையை மறைத்த விருந்து கதை உண்டு

இலையில் இனிப்புக்கு முதன்மை உண்டு
உன்னை கிள்ளவா அல்லவா என்ற இனிப்பும்
உண்டு

பெயர் அறியா பாயாசங்கள் பல உண்டு
அதிலும் இளசுநீர் பாயாசத்துக்கு மவுசு உண்டு

மத்தியில் மந்திரி முந்திரி பக்கோடா உண்டு
பக்கவாட்டில் பதார்த்தங்களின் பரிசும் உண்டு

உருமாறிய மல்லிகைக்கு இட்லி எனும் பெயர் உண்டு
இதை ஈடுகட்ட தோசை பணியாரத்தின் பங்கும் உண்டு

பண்டிகையை பாராட்டும் பரந்த மனம் உண்டு
அதனால் தென்பொங்கலுக்கு இடமும் உண்டு

இறைச்சி ஆகா பசுநெய் உண்டு
அதனை குழைத்து உருக்க பருப்பு சோறு உண்டு

பருப்பின் படைப்பு வடைகளின் வகைகள் உண்டு
பருகி பார்க்க பருப்பு ரசமும் உண்டு

கூழுக்கும் குடியுரிமை உண்டு
கூட்டுசேரா கீரைக்கூட்டும் உண்டு

உப்பிட்ட ஊறுகாயை மறப்பதுண்டு

அதனால் இலையின் மூலைக்கு அனுப்புவதுண்டு
ஆர்ப்பரிக்கும் அப்பளம் உண்டு அவியல் உண்டு
பொரியலுக்கு பெருவாரியான பங்கும் உண்டு

நீர் உண்டு மோர் உண்டு
மோருக்கு கூட மிளகாய்வற்றல் உண்டு

உண்டு உண்டு அனைத்தும் உண்டு
அனைத்தும் கனவில் மட்டுமே உண்டது உண்டு

உண்டு உயிர்க்க உணவா கேட்டேன்
உயிர் பிழைக்க வழியை கேட்டேன்

உயிர் காக்க ஊரடங்கு உண்டு
பசி போக்க ஊனுக்கு மார்க்கம் உண்டோ?

வீட்டில் இரு விலகி இரு என்ற விதிமுறைப்படி
விரதத்துடன் விருந்தாகினேன் வைரஸுக்கு!

- **பூங்குழலி**

ஏழையின் கதறல்

நாம் பசித்து உண்டது போக இருப்பது
மற்றவனுக்கு என்பது மாறி,
நமக்கு பசி எடுப்பதற்கு மருந்து வேண்டும்
என்ற நிலையானது !!
பணக்காரனின் ஒரு பகுதி பீட்சா,
ஏழையின் ஒருவேளை உணவு,
பசிக்கவில்லை என்று கூறுகிறீர்களே !!
உங்கள் நிலை எனக்கு வேண்டும் !!
என்று நினைப்பவன் தான் ஏழை !!
வறுமையின் விளிம்பில் வாழ்ந்து,
ஒருவேளை பசியாறி,
இருவேளை பட்டினியாய்,
அடுத்தவேளை ஆகாரம்
கிடைக்குமா என்று அறியாமல்,
சாலைகளை வீடாக்கி,
வறுமை என்னும் பசியை சொத்தாக்கி,
வாழ்பவன் ஏழை !!
பணத்திற்கு போர் தொடுப்பது மனித இனம் !!
வறுமையில் வாழ்பவரை எண்ணாத இழிவான குணம் !!
வறுமைக்கும் எனக்கும் உண்டானது பழக்கம் !!
எனக்கும் தோலுக்கும் உண்டானது நெருக்கம் !!
வறுமையை கவியாக்க வரிகள் உண்டோ?
பசியை விட கொடுமை எதில் உண்டு?
வாழ்க்கை வறுமையானது !!
ஏழையின் பசி கொடுமையானது !!
என் நிலை என்னுடன் முடியட்டும் !!
என் பிள்ளைகளுக்கு விடியல் பிறக்கட்டும் !!
கண்ணீர் வரிகளுடன்,
வறுமையென்னும் பசியில்,
ஏழையாய் நான் !!

- **திவ்ய தர்ஷினி.ர**

யாரது

நிசப்தமான நித்திரையில் கதவை தட்டுகிறாள்/
நிலைகுலைந்த என்னை தொப்புள்கொடி அறுக்கிறாள்/

குனிந்தாலும் நிமிர்ந்தாலும் மறைந்தே ரசிக்கிறாள்/
கண்ணீராய் விடுகின்றேன் விடாது துரத்துகின்றாள்/
அடுக்குமாடி குடியிருப்பை காட்டி கதைசொன்னேன்/
அதுவெதற்க்கு ஆத்திரத்தில் என்னையே சாடினாள்/
புழுபோல பொசுங்கி சுருங்கி விரிந்தேன்/

பொறுமையாய் ஆரவைத்து எனை கொல்கிறாள்/
ஆடுமாடு கோழி வெட்டி அடங்க/

மறுத்தாள் ஆத்திரத்தில் அரைந்தேன் வலிக்கிறது/
போதையிலே வீழ்ந்தானே அவனை கேளேன்/
போடியென சொன்னானே அவனை கேளேன்/
பொசுக்கென்று பிறந்தாளே அதையுங் கேளேன்/
போதாகுறைக்கு மோடுதட்டி நிக்குதிங்க இதகேளேன்/

ஓட்டை குடிசை போதுமென்று ஒதுங்கிபோனா/
குஞ்ச தேடுங்கோழி போலயென்ன கொத்துதே/
மழை வந்தா துளுக்குன்னு எண்ணிவச்சன்/
மகராசன் மொத்தத்தையும் குளிப்பாட்டி வச்சிபுட்டான்/

மல்லாக்க படுத்தாக்க மசமசன்னு கத்துறயே/
குப்புறவும் சாஞ்சிபுட்ட குத்துயுரா மாத்துரயே/
உருவுமன்னு ஒன்னுமில்ல உசுருன்னு ஒன்னுமில்ல/
யாருன்னு கேட்டாக்கா சாணவயித்த காட்டுறயே/
இருப்பிடத்தை கேட்டாக்க வயித்த வயித்த/

காட்டி வச்சா! பேருன்னு கேட்டாக்கா பசின்னு
சொல்லிப்புட்ட/
என்ன செய்ய!

- **கவிஞர்.மே.மு.மணிமாறன்**

"ஒத்தக் குடிசை"

விவசாயி பெத்த மக நானே
புருசன் செத்த னால் தானே
ஊருக்கு ஒதுக்கு புறமாய் வாழுறேன்
ஒத்தக் குடிசையை ஒருத்தியாய் ஆளுறேன்

வீட்டுத் திண்ணையில் ரெண்டு ஆடு
பூனையும் நாயும் என்னோடு
வயித்து கஞ்சியை பங்கு போட
அதுவும் கிடக்குது என்னோட

புள்ளக் குட்டி வளர்ந்து ஆளாகி
புதுக் குடித்தனம் போயிடுச்சு நாளாகி
ஏக்கர் நிலம் அளந்து பங்காகி
எனக்கு சாவு முதலாம் காணியாகி

தக்காளி விதைச்சிருக்கேன் முக்கால் வாசி
பாவ விதைச்சிருக்கேன் கால் வாசி
தக்காளி சிவந்திடுச்சு பாவ பூத்திடுச்சு...
பறிக்க முனியம்மாவ இன்னும் காணோம்

என்னமோ ? ஏதோனு ?
கேட்கப் போனேன்
ஊர்க் கட்டுப்பாட்டுச் செய்தியை சொல்லிப்புட்டா

முனியம்மா கொரோனா காலமுணு தள்ளிநின்னா
பறிக்க முடியாத செய்தியை பறிச்சுவந்தேன்

வந்ததுமே வந்திடுச்சு ஓயாத மழை
சிவந்த பழம் சிதைக்க புதைக்க...
பூத்த பூவை நனைக்க உதிர்க்க ..
என் பொழப்ப கெடுக்க முடக்க...

போனது போகட்டு மென்று இருந்தேன்
ஓஎஃப் பணமும் ரேசன் அரிசியும் இழந்தேன்
ஒவ்வொரு நாளும் நானும் உடைஞ்சேன்
ஒத்தக் குடிசையில் ஓட்ட வயிறாய் கிடந்தேன்

ஈது கிடையாது இந்த வருசம்
இருக்கிற ஆட்ட விற்க
முடியாது இந்த நிமிசம்
என்ன செய்ய ? ஏது செய்ய ?
ஓட்ட வயிறை எப்படி வேய்ய...!

- ம.சேரன்

பசி பொதுவுடைமை!

இது ஒரு பொதுவுடமை!
இருப்பவன் ஏப்பம் விடுகிறான்!
இல்லாதவன் ஏங்கித்தவிக்கிறான்!
ஏக்கம் கோபமாகும் போது தன்னிலை இழக்கிறான்!
தன்னிலை இழந்தவன் சமுதாயத்தால் தள்ளிவைக்க
படுகின்றான்!
ஔவையும் இளமையில் வருமை மிக கொடியது என்கிறாள்!
தனி ஒருவனுக்கு உணவில்லை எனில் ஜகத்தினை
அழித்திடுவோம் என்றான் பாரதி!
இத்தருணத்தில் பசித்திருப்போரை புசிக்கவைத்து
காத்திடுவோம்!
ஒன்று கூடுவோம் பசி இல்லாத ஜகத்தினை
உருவாக்குவோம்!

- **அருணோதயன்**

பசியை அறிவது!

குழந்தையின் அழுகுரலில் தாய் அறிவது!
காக்கையின் கறைதலில் நாம் அறிவது!
அம்மா, தாயே எனும்
அடைமொழியில் நாம்
அறிவது!
கன்றின் குரலில் பசு அறிவது!
இயற்கையின் பசி நாம் இறைவனை அடைவது!
இதையறிந்து மண்ணுலகில் பசி போக்குவோம்!

- அருணோதயன்

சிறுவனின் மிட்டாய்

இன்னும் மூன்றடி
உயரம்கூட எட்டவில்லை !
தன் வயது விபரம்
கூட அறிந்திடவில்லை !
இருப்பினும் குடும்பத்திற்காக
பொருளீட்டும் பொறுப்பில் உள்ளான்...!!!

மிட்டாய்களுடன் ஒரு பேருந்து
விடாமல் ஏறி இறங்குகிறான்..!
வாங்கிக்கொள்ளுங்கள்
எங்கள் ஒருநேர
உணவிற்காகும் என்று...!!

மிட்டாயின் தேவையோடும்
அவன்மீது ஈகையோடும்
வாங்கியவர்க்குக் கொடுத்துப்
பொருளாக்கிவிட்டு மீதமிருந்த
ஓரிரண்டு மிட்டாயுடன் ஓரிடம்
சென்றமர்ந்தான்...

சிறுபிள்ளைதானே அவனும்
ஆசையில் ஒரு மிட்டாய்
எடுத்து கடிக்கையில்
அவன் கடின வாழ்வினால்
மிட்டாயும் கசந்தது...
இருப்பினும் வறுமையில் வாடும் அவன் குடும்பத்தின்
தேவைக்காக சிறிது
பொருளீட்டிய நிறைவில்
இனித்தது அவன் மிட்டாய்...!

- **ச.த. ரேணுகா**

"வறுமையின் கதறல்கள்"

அடுத்த வேளை சோற்றுக்கே வற்பம்
வந்தபோதிலும் யாசிக்காத தன்மை...

உயிரற்ற கடவுளுக்கு அள்ளி கொடுக்கிற மனம்...
உயிருள்ள மனிதனுக்கு எண்ணி கூட கொடுப்பதில்லை.

இருப்பவனுக்கு ருசிக்காகவே பல உணவுகள்..
இல்லாதவனுக்கோ பசிக்காக கூட உணவு தர நாதியில்லை...

பெற்ற பிள்ளையை குப்பைத்தொட்டியில் போட்டாலவது
ஒரு உணவு கிடைக்குமோ என்ற வறுமையின் கதறல்கள்...

இருப்பவனுக்கு பொருளழிவு செய்யவே பிறந்த தினம்..
இல்லாதவனுக்கோ இன்றாவது சோறு கிடைக்குமா என்ற
ஏக்கம்..

ஓராயிரம் முறை தச்சாலும் உடம்ப மறைக்க உடை
வேனுமே!

ஓட்டை சட்டி ஒழுதாலும் விதவிதமா மாத்த வழியில்லையே..!

பசிக்காக ஏங்கி என் வறுமையும் கண்ணீர் விடுகிறதே..!

- **சு. தீபிகா,**

திருவோடு

கோவில்கள் அடைக்கப்பட்டு விட்டது....
மசூதிகள் முடக்கப்பட்டு விட்டது...
தேவாலயங்கள் மூடப்பட்டு விட்டது....
பசிக்கு ஏது இனம் மதம் மொழி....
இப்பொழுது கையில் மிஞ்சியது
திருவோடு மட்டும் தான்...

ஆபுத்திரனைத் தேடி
அலைகின்றேன்...
அமுத சுரபி எங்கே என்று???

பணக்காரனுக்கோ
மேலும் மேலும் பணத்தை
குவிக்க ஆசை....

நடுத்தரவாதிக்கோ பணக்காரனாக ஆசை....

ஏழை எங்களுக்கோ
கால் வயிற்று கஞ்சி இருந்தால் போதும்
என்கிற ஆசை....

உடுக்க பழைய கந்தல்....
படுக்க நடைபாதை கடைகள்...
குடிக்க???
பரப்பளவிலோ பெரிய நாடு...
மக்கள் நிலமையோ வறுமைக் கோடு....

வல்லரசு ஏணியில் ஏறத் துடிக்கும் இந்தியா....
வறுமையினால் வழுக்கி விழுகிறது...

ஏவுகணை வளர்ச்சியிலும்...

இணையதள வளர்ச்சியிலும்....
இமாலயம் தொட்ட இந்தியா...
வறுமையால் வறண்டு போவதேன்???

சங்கம் வைத்து மொழி வளர்த்த நாடு....
இப்பொழுதும் சங்கம் வைக்கிறது
பிச்சைக்காரர்களுக்கென....

நாளுக்கு நாள்
அதிகரித்துக் கொண்டே போகிறது....
கொரோனா சாவு அல்ல..
பட்டினிச் சாவு...

புத்தகம் சுமக்க வேண்டிய பிஞ்சு கைகளில் திருவோடு....

குடம் குடமாய் பாலபிஷேகம்....
நேர்த்திக்கடனாம்....
மெலிந்த தேகமும்....
ஒட்டிய வயிறும்....
கொண்டு பிச்சைக்காரியின் மடியில் கிடத்தப்பட்டிருக்கும்
சிசு
ஒரு வாய் பாலின்றி
கதறும் அழுகை
யார் செவிகளில் விழுந்திருக்கும்???

மனிதம் மட்டுமே மாறாதது....
மனிதம் மட்டுமேத் தழைக்கும்...
வெற்று வாசகங்கள் மட்டுமே....

சமூக வலைதளங்களில் பதிவிடுவதற்கு மட்டுமே
பெயரளவிற்கு
அன்னதானங்கள்....

தனியொருவனுக்கு உணவில்லையெனில்
ஜகத்தினை அழித்திடுவோம்....
என்று முழங்கினான் பாரதி...

இன்று ஒரு கூட்டத்திற்கே உணவில்லை என்றாகிவிட்டது....
பாரதி இருந்திருந்தால் அவனும் இக்கூட்டத்தில்
ஒருவனாகத்தான் இருந்திருப்பான்....

பணம் இருப்பவனிடமே குவிகிறது....
இல்லாதவனிடம் எட்டி நிற்கிறது....

இருப்பவனே!!!
நீ அள்ளிக் கொடுக்க வேண்டாம்
கொஞ்சம் கிள்ளியாவது கொடு....
கால் வயிறாவது நிரம்பட்டும் .....

அரசாங்க உதவியும்
அரைகுறையாய்....

எல்லாரும் இந்நாட்டு மன்னர்கள் என்றார்கள்....
ஒரு திருத்தம்
இங்கு செங்கோலுக்குப் பதில்
திருவோடு.....
கைகள்தோறும் .....

ஏழையின் சிரிப்பில்
இறைவனைக் காணலாம்....
அறிஞர் அண்ணா....
அப்போ
இறைவன் நிச்சயமாக இல்லை....
எந்த ஏழையும் சிரிப்பதில்லை....
ஏழையை சிரிக்க வைக்க எவருக்கும் விருப்பமுமில்லை.....!

- **முனைவர் மு. துர்கா தேவி**

வறுமையின் வலி

தாயின் கருவில்
அமைதியான நாட்கள்
மனம் சிதையும் நிலையல்ல
மழலையாய் பிறந்தேன்
தாயின் தோளில் கடந்தேன்.

இரு வருடங்கள்
இன்பம் நிறைந்த தருணம்
பல வருடங்கள்
போராட்டம் நிறைந்த தருணம்
எல்லையில்லா துனபங்கள்.

வறுமையின் நிலை
உயிரின் வலி
இதயத்தில் சிதைவு நிறைந்த
அளவில்லா வருமை
வாழ்வின் போராட்டம்!

- **ஹர்ஷினி**

பொழியுது வருமை
பூக்கட்டும் புதுமை

வறுமை என்ற வார்த்தைக்குள்
ஆயிரம் அர்த்தம்...
ஒன்றா இரண்டா சொல்ல...
பசி என்ற சொல்லையே கேட்கா
மனித இனத்தின் முன்
பசி என்ற சொல்லையே அனுதினமும் ருசியாக கொண்ட
இனம்...
ருசிக்கு உணவாறிய மனித
இனத்தின் முன்
பசிக்கு உணவு கேட்ட பாமர இனம்....
கொரோனா என்ற கொடிய
நோயால் வறுமை என் வீட்டில்
வாழ்கிறது வசதியாய்...
முக கவசம் அணிந்து கொண்டு வீடுகளின் கதவுகள்
மூடப்பட்டன,
சேர்ந்தே பசி என்னும் கதவும் திறக்கப்பட்டது....
பள்ளிகளில் ஒருவேளை உணவை காக்கும் கடவுளாய்
எண்ணினேன், காக்கும் கடவுளையே கண்ணடியில்
மறைத்தார்கள்...
பல மைல் ஓடிய என் கால்கள்
ஒரு பிடி சோறுண்ண,
இன்று ஓய்வெடுகின்றன பசி என்னும் பளிங்கு
மாளிகையில்...

ஊரடங்கு என்ற ஒன்றை ஒற்றை நண்பனாய் ஏற்று
தண்ணீருக்கு
தவித்த என் கைகளில்,
மழை கூட பொய்த்தது...
வரவேற்பாளர் கூட இல்லாமல் பசி என்னும் நீ
கொரோணாவுடன்
குடி கொண்டாய் என் வீட்டில்...
ஒரு நாள் மாறும்...
உனக்கான நாள் வரும்...
கலங்காதே...
கண்ணீர் வடிக்காதே...
உன் வற்றிய பாலைவனத்தில்
எனக்கும் ஒரு வாய்ப்பளித்திடு,
வறுமையை ஒழிக்க....!

- **இந்திரலட்சுமி. இ**

நிறமில்லா வறுமை...

வறுமை கோட்டிற்குள்
அடைபட்ட
உயிர்கள்...

வளமான
வாழ்க்கையை
கண்டிராத
பயிர்கள்..

பசி மறக்க
உண்ணாத
பாவமான
பாவலர்கள்...
ஏழைகள்..

இல்லாமை
குடிகொண்ட
இல்லாத
வாழ்வு...
வறுமை..

ஓட்டப்பந்தயக்காரன்
ஊனம்
ஆனதைப்போல்.
இளமைக்கு கிடைத்த
வறுமை..

நிரந்தர ஊனமாய்..
வாழ்நாள்
முழுக்க வரும்
வறுமை..

கல்வி கைவிட
தோல்வி இடைவர
இருப்பெல்லாம்
இழக்க..
இளமையெல்லாம்
போனது..
வறுமை நிலை
ஆனது..
பசியெல்லாம்
நட்பானது..
மூன்றுவேளை
மறந்தே போனது...

உயிர் மட்டுமே
ஒட்டி இருக்குது...

வறுமை
கோடழிக்க
வாருங்கள்
யாரேனும்!

- **ஜோ.கோபிநாத்**

நான் வாழ்கிறேன்!

உலகிற்கே உணவளிக்கும்
உழவனின் பசியிலும்....
பசிப்பிணியில் அழும்
குழந்தையின் குரலிலும்....
குழந்தையின் கண்ணீரைக்
கண்ட அன்னையின் அலறலிலும்...
சூழலைச் சரிசெய்ய இயலாத
தந்தையின் துன்பத்திலும்....
உண்ண உணவின்றி
உறங்க வழியின்றித் தவிக்கும்
பாமரனின் உள்ளத்திலும்....
கனவிருந்தும் அறிவிருந்தும்
வாய்ப்பில்லாத சாமானிய
நடுத்தர வர்க்கத்தின்
வலியிலும் வாழ்கிறேன் ..
வசதியில்லாத இடங்களில்தான்
நான் வாழ்கிறேன்....வசதியாய்....
இப்படிக்கு....
வறுமை!

இவள்
ரம்யா ரமேஷ்

பசியின் வாட்டம்

ஏங்கும் கண்களும் வாடிய முகமும்
களைந்த கூந்தலும் உணர்த்தி செல்லும்
உங்கள் வறுமையையும் பசியின் கொடுமையையும் ...

ஏனோ இறைவன் படைப்பில் மட்டும் இத்தனை பாரபட்சம்...

அறுசுவை உணவு உன்று அடுக்குமாடியில்
குடியிருக்கும் வசதி படைத்த உயர்களையும்..

ஒருவேளை உண்ண கூட உணவு
இன்றி ஓட்டை குடிசையில் வாழும்
வறுமை கொண்ட வர்க்கத்தை படைத்தது ஏனோ...

கல் மனம் கொண்ட மனிதன் கூட மனம்
இறங்குவான் உங்கள் ஒப்பனை அற்ற வருந்தும் முகத்தை
கண்டு...

ஏனோ கல்லில் வடிவம் பெற்ற கடவுள் மட்டும் இறங்க
மறுக்கிறார்
உங்கள் பசியை கண்டும் கூட!

- **ரேவதி பால்மாணிக்கம்**

கருணை

வாடிய பயிரை கண்டபோதெல்லாம் வாடினேன்
என்ற வள்ளலாரின் கருணை வழு விழந்து விட்டதோ இன்று
பசி வந்திட பத்தும் பறந்திட பாரினில் பலர் பசியில் வாடிட
தனி ஒருவனுக்கு உணவு இல்லை எனில் சகதினை
அழித்திடுவோம் என்ற பாரதியின் பாடல் காற்றில்
கரைந்த்தோ
படைத்தவன் அலசியம் புசித்து உண்ண ஒருவன்
படித்து தவிக்க ஒருவன் ஏன் இந்த ஏற்றத்தாழ்வு இறைவா!
கற்சிலைக்கு படையல் போடும் சிந்தனை மாறும் வரை
ஒட்டிய வயிற்ரோடும் உலவும் காலம் இருந்து
கொண்டேதான் இருக்கும்
பணக்கார வீ ட்டு நாய்க்கு கூட பலவகையான உணவு
உண்டு
பசியோடு இருக்கும் ஒரு வேளை உணவு உண்டா!
நிழலின் அருமை வெயிலில் தெரியும்
உணவின் அருமை பசித்தவனுக்கு மட்டுமே தெரியும்
பசித்தால் மட்டும் புசி என்றார்கள் இது உணவு
இருப்பவனுக்கு உணவு இல்லாதவன் எங்கு புசிப்பது !
காத்திருப்போர் பட்டியலில் வேளை மட்டும் இல்லை பசியும்
நீலும்
தேடும் கண்களும் நில்லும் கைகளும் எப்போதும் இருக்கும்
புவி உள்ள வரை பசி மட்டும் மிச்சம் !

- **முனைவர் எஸ்.கஞ்சனா**

வெறுமை குடிசை...

அளவற்ற அன்பு,அனைவரின் நலம் எதிர்பார்க்கும் மனம்
இதெல்லாம் சிறிது உணவுப் பொருளுக்கு போதுமானதல்ல..!

குடிசையே வெறுமையாய் கிடக்கிறது
யார் செய்த பிழையோ இது..!

குளிர்கிறது என்று நெருப்பை மூட்டுகிறது ஒரு கூட்டம்
வயிரே நெருப்பாய் எரிகிறது ஒரு கூட்டத்திற்கு..!

இன்று வரை முழு இலை உணவு என்பது
சில பேருக்கு கானல் நீராகவே இருக்கிறது..!

மூன்று வேளை உணவுக்கு போராடுகிறோம்
நாகரிகம் நிறைந்த உலகில் நாம்..!

அறியாமல் ஒரு நாள் நானும் பாவி ஆனேன்
மீதமான உணவை ஏக்கமாய் பார்க்கும் ஏழைக்கு,
பிடிக்காத உணவோ என்று..! தூக்கி எறிந்து

இங்கு உண்மையில் யாருக்கு தான் வருமை
என் மனசாட்சியே கேள்வி கேட்கிறது..!

ஏழை யாரென்ற கேள்வி என்னுள்
தனக்கு மிஞ்சியதை குப்பையில் தூக்கி எறியும் சிலரா?!
தனக்கு போதுமானதாக இல்லை
என்றாலும் பகிர்ந்து கொள்ளும் சிலரா..?!
என்று தான் தீருமோ இந்த வறுமை என்னும்
அரக்கனின் ஆட்சி...!!

- **நர்மதா.சு**

தமிழ் மடியின் சுகம்...

தாய்மடி கிடைக்காதவர்களிடம் கேட்டால் தெரியும்
தமிழ்த் தாய் மடியின் சுகம்..!
என் தாய் அவள் என்ற பெருமை எனக்கு
அவள் முந்தானையில் வளர்ந்து அவளையே பாடுவதால்..!

ஆயிரக்கணக்கான ஆண்டுகால வரலாறு
இன்னும் இளமை மாறா அதிசயம் தான் என்னவோ..!
என் தமிழ் மீது நான் கொண்ட காதல்
விளக்கவுரையற்ற புதிர்..!

பிற மொழிகள் ஆயிரம் வரட்டும்
பிள்ளை எத்தனை பெற்றாலும், தாயின் சிறப்பு அதிகம் தானே..!
வீரத்தையும், காதலையும் இரு கண்களாய் கொண்டு
தனித்துவமாக நிற்கிறோம் மீசை முறுக்கியபடி..!

பிறரின் உணர்வுகளை மதிக்கும் பண்பு
தமிழர்களுக்கு சற்றே அதிகம் தான் ..!
கோடிக்கணக்கில் பாரதி பிறந்து வந்தார்
பேனா எடுக்கும் ஒவ்வொருவரின் பேனா முனையிலும்..!

கணக்கில்லா புத்தகங்கள் தன்னகத்தே,.
வாழ்க்கைப் பாடங்களை தெளிவுபடுத்தவே..!

உலகமே அடிமை என்றால் மிகையாகாது
இரண்டடியில் வாழ்வை தொடுத்த வள்ளுவருக்கு..!
பேனாவே எங்கள் ஆயுதம்
பல வேடிக்கை மனிதரைப் போல்
வீழ்வேனென்று நினைத்தாயோ..?!!

- **நர்மதா.சு**

வயிற்று போராட்டம்

வறட்சியாலும் வறுமையாலும் வணிகர்கலாளும் ஏற்படும் வறுமையை ஏழ்மை பொறுக்கும் பசி பொறுக்குமா...

உடலில் ஏற்படும் வலியையும் பொறுத்துக் கொள்ளலாம் மனதால் ஏற்படும் சுமையையும் பொறுக்கலாம் ஆனால் பசியை பொறுக்க முடியுமா....

வயித்து பிள்ளையும் வறுமையால் வாடுது ஆடு மாடும் உணவு தேடி வரண்ட நிலம் ஓடுது...

பணக்காரன் பணத்தை தேடி ஓடுகிறான் ஏழை உணவை தேடி ஓடுகிறான்....

விளை நிலங்கள் எல்லாம் விலை நிலங்கலாய் மாறி போனதேனோ....

செயற்கை உரங்களால் மண் மலடாகி போனதால் எங்க
வீட்டு பொண்ணு மலடாகி போனதே. ..

காலம் பார்த்து பொய்க்காத மழையால் வயலும் வரண்டு
போனது...

உணர்வுகளையும் உணர்ச்சிகளையும் அடக்கி வைக்கலாம்
பசியை அடக்கி வைக்க முடியுமா...

அதை வயிறுதான் கேட்குமா...

உழைக்கவும் வாழ்க்கையுடன் போராடும் நல்ல உடல் நிலை
தேவை அந்த உடலுக்கு உணவு தேவை....

உலகத்திற்கே படியளந்த விவசாயி ஒரு வேளை
சோற்றுக்காக கையேந்தும் நிலை வந்ததேனோ....

இதெல்லாம் விவசாயத்தையும் விவசாயிகளையும்
காக்காமல் போனதால் வந்த வினை....

விவசாயியையும் விவசாயத்தையும் காப்போம்...
விவசாய உணவுப்பொருட்களை வாங்குவோம்...
வாழ்வாதாரத்தை உயர்த்துவோம் பசியைப் போக்குவோம்....

பசியில்லா உலகை உருவாக்குவோம்....

- **கவிஞர். மு.சக்திவேல்**

வறுமையும் பசி கொடுமையும்

என் தமிழ் தேசத்தில் பிறந்ததால் இத்தனை
கொடுமைகளோ.

பசியின் கொடுமையால் பானையை துடைக்கிறேன்.
கொஞ்சமும் இல்லையே! அதனால் விடமாட்டேன்.

போரிலே தந்தையையும், தாயையும் இழந்தேன்.
பாதுகாத்துவந்த பாட்டியை நோயிலே இழந்தேன்.

உடன்பிறப்பே போராடும் உன்னுடன் நான் வருகிறேன்,
போராட்ட கலத்திற்கு.

பசியாலும், வறுமையாலும், இங்கிருந்து இறப்பதைவிட
நாட்டுக்காக இறக்கிறேன்.

இணைத்துக்கொள் உன்னுடன் என்னையும். மாறுகிறேன்
மனிதகுண்டாக, எதிரிகளை அழித்து
தமிழ்தேசம் காப்போம்.

தலைவனைப்போல் அச்சம் தவிர்த்து தடைகளை
தாண்டுவோம்.
பாழ்பட்டு கிடக்கும் நம் பாசமான மண்ணைமீட்போம்.

தானே சமைத்து உண்டு வாழ்ந்து என்ன செய்ய வீரச்செயல்
செய்து வெற்றியை பெறுவோம்.

நம்மையும் நாட்டையும் மீட்டெடுப்போம். மக்களை
காப்போம்
மகிழ்ச்சியாக விடைபெறுவோம்.

வெற்றிப்பொட்டிட்டு வீரமரனம் அடைவோம். நீயும்
போய்விட்டால் நிற்கதியாய் என்செய்வேன்.

வறுமையையும், பசிக்கொடுமையையும் நாட்டைவிட்டு
விரட்டிடுவோம்.
வளமான தாய்நாடு அடைந்திடுவோம்!

சத்தி. கனகராசன்,

கொரோனாவின் பசி

கொரோனா,
ஏன் உனக்கு இவ்வளவு பசி..?
இன்னும் எத்துணை உயிர்களை காவுவாங்க போகிறாயோ!

வாய்விட்டுச் சிரித்தால் நோய்விட்டு போகுமென்பார்கள்,,,
இங்கோ அதிகமாகிறது
கொரோனா என்னும் கொடியநோய்பசி..!

கொரோனா தொற்றைவிட,
பசிப்பிணி தொற்று கொடியதினும் கொடிதே...

ஏழையின் வயிற்றில் அணையா
பசியை கொடுத்து செல்கிறது இக்கொரோனா...

பசி அனைத்து உயிர்களுக்குமானது,
மனிதரில் ஒவ்வொரு விதமாய் வெளிப்படுகிறது பசி..!

ஒவ்வொரு வீண்விரயத்தின் பின்னாலும்,
உலகின் எங்கோ ஓர் மூலையில்
பட்டினிச்சாவுகள் நிர்ணயிக்கப்படுகிறது
என்பதை நினைவில் கொள் மனிதா..!

பிஞ்சு மழலையின் ரத்தக்கண்ணீரை கண்டு
என் பேனாமுனையும் கண்ணீர் சிந்துகிறது
கவிதைவடிவில்,,,

தங்கமே!
உயிரும் உணர்வும் அற்றுப்போனது
உன் அன்னையின் தேகம்மட்டுமில்லை,,,
இந்தேசமும்தான் என்றா சொல்ல வருகிறாய்..???

பசி பட்டினி தாங்கி,
பல நூறு மைல்கள் நடந்து கால்வீங்கி,
தன்னைச் சுமந்து நடந்த தாய்,
மரணித்ததைக் கூட அறியாமல்
எழுப்பிக்கொண்டிருக்கும் பிஞ்சுமழலையின் கூக்குரல்,,,
எழுந்து வா என்ற அந்த கூக்குரல்...
கொரோனா உன்காதில் விழவில்லையா..?

ஏய் கொரோனா உனக்குள் மனிதம் இருக்கா இறந்து
போயிருச்சானே தெரியவில்லையே...?

இனியாவது எங்களைவிட்டு
நிரந்தரமாய் நீங்கிவிடு,
வறுமையின் பசியில் இருக்கும் எங்களை கொஞ்சகாலம்
வாழவிடு..!

கவிஞர் பாரதி பாஸ்கி

வறுமையின் தாக்கம்

வறுமையின் தாக்கம்
குழந்தை அழுதது பசியில்
கொரோனாவின் கொடுமையில்
வறுமையில் தவிக்கும் குடும்பங்கள்
வாடும் குழந்தையைச் சமாளிக்க இயலாத
கண்ணீருடன் விதமைத்தாய்
வீட்டுக்குள்ளேப் பூட்டிவைத்தது
144 ஊரடங்குச்சட்டம்
கொரோனாவின் பசியால்
பெற்றோரை இழந்தக்குழந்தைகளின் அழுகுரல்
பசியால் வாடும் குழந்தைகளின்
வயிறு நிறம்பியது சோகத்தால்
சொந்தங்கள் பறந்தன
அனாதயாய் நின்றன குழந்தைகள்
என்றுதான் இக்கொரோனாப்பிடியிலிருந்து
எங்களுக்கு விடியல் --------!

- **கி.மோனிஷா**

பசி என்ற எதிரி

பக்தர் கூட்டம் அங்கே
பாலை புற்றில் ஊற்ற..
பச்சிளம் குழந்தையோ
பாலின்றி பரிதவிக்க..
பாழாய் போன மானுட உள்ளமே...
புற்றில் ஊற்றும் பாலை
ஏழை பிள்ளையின் வயிற்றில் ஊற்றினால்...
அந்த சிறுபிள்ளையின் சிரிப்பிலே...
வாழும் இறைவனை கண்கூடாய் காணலாமே மானுட
உள்ளமே....
பசி என்ற எதிரி உள்ளவரை ..
பிச்சைக்காரன் இல்லா உலகேது.???
வறுமை வாழ்வை வாட்டினால் ..
வாழ்வில் நிம்மதி ஏது??
பரிதவிக்கும் வறண்ட
இரைப்பையிலே....
பசி என்ற எதிரி இறப்பதன்றோ??

- **கவிதை தமிழச்சி**

எப்போது விடியும்?

விடியும் முன்னே முழிப்பு...
அவன் முகமெங்கும் சுளிப்பு,
வயிறினுள் பசி கிள்ள...
இவன் புதைப்பை மெல்ல தள்ள,
அமைதியான கார் இருட்டு...
படபட வென்றது இவன் உருட்டு,
பருகிய நீரே வீட்டின் பாக்கி...
மீண்டும் படுத்தான் உடலைச் சுருக்கி,
எப்போது விடியும்?
இவன் நாளல்ல, இவன் நிலை
எப்போது விடியும்?
கொடூரன் அவன் மறைய,
ஞாலம் இயல்புநிலை அடைய,
குடிசைக்காரணின் பசித்தீ அணைய...
விடியும் இவன் நிலை,
எரியும் அவ்வீட்டு உலை!

- **சந்தியா முரளிதரன்**

பசிப்பிணி எனும் பாவி

உயிர்க்கொல்லி நோய்கள்
உலகில் ஓராயிரம் உண்டு;
அவற்றையெல்லாம் அழிக்க
அருமருந்துகளும் உண்டு!
ஆனால் கொடிதினும் கொடிதாம்
பசிப்பிணி எனும் பாவி!
அப்(பாவி)யைப் பூட்டி வைக்க
இல்லையே ஒரு சாவி!
ஆசியெனில் அடக்கிக் கொள்ளலாம்,
பசியெனில் என் செய்வது?
மனதை அடக்கக் கூட
மார்க்கம் உண்டு; ஆனால்
வயிற்றை அடக்க வழியில்லையே!
பசியால் மானம் மறக்க,
குலம் குலைய, கல்வி கரைய,
வண்மை வளைய, அறிவு அழிய,
தானம் மறந்து தன்னலமாக,
தவம் தாழ, முயற்சி முடங்க,
தாளாண்மை தகர்ந்து போக,
காமம் காணாமல் போக்க
கையேந்தி நிற்கிறேன் மனிதனிடம்,
வயிற்றை நிரப்ப வேண்டி!
இரந்து நிற்கிறேன் இறைவனிடம்,
பசியா வரம் வேண்டி!
இருவருமே இல்லை என்றனர்!
இன்னலில் நான்...!

- **மூ.பிரபாதேவி**

வயிற்றின் குரல்

#
வறண்ட நிலம்
வறண்ட வயிறு
எப்போது வெள்ளாமை!!

#
நீரின்றி பயிறு
உணவின்றி வயிறு
விவசாயி!!

#
ஏழை வயிற்றில்
பசியின் தீ
அணைக்க அன்பு தேவை!!

#
ஒரு பிடி சோறும்
அமிர்தமாய் இனித்தது
பசித்த வயிறு!!

#
பூட்டிய கோவிலுக்குள்
சிலைக்கு படையல்..
பசியோடு பிச்சைக்காரன்!!

#
வறுமையில் கந்தல் உடையானது..
பத்தும் மறந்து போனது..
பசிக்கு உணவைத்தேடி..

#
முடங்கிப் போனது உலகம்
அடங்க மறுக்கிறது பசி
உணவுத் திருட்டு!!

- **கவிதா பிருத்வி**

ஏழ்மைக்கு பசிதான் அடையாளமோ..!

ஆளைப் பார்த்து பசி வருவதில்லை..!
ஆண்டவன் படைப்பிற்கெல்லாம் பசி வருகின்றதே..!
ஆம்...,
ஆபத்து சூழ்ந்த பணியிலும்..,
அனுதினமும் உழைத்து..!
உடல் முழுக்க வியர்த்து..!
குடும்ப நலனை நினைத்து..!
ஆடம்பரத்தை யெல்லாம் தவிர்த்து..!
அடிப்படையை மட்டும் உணர்ந்து..!
ருசி அறியாது..,
பசிதனை மட்டும் அறிந்து..!
பட்டினி போக்க பழையக் கஞ்சி உண்டு..!
கால் வயிற்றிற்குக் கூழ் மட்டும் தான் குளிர்பானமோ..?
வறுமை நிறைந்த ஏழ்மையினால் பசி மட்டுமோ
அடையாளமோ...?

- **நெல்லை சதிஸ்.**

பசியின் வேதனை

உதவி செய்ய
மனமிருக்கு
கை கொடுக்க
துணிவு இருக்கு
அவர்கள்
துன்பத்தினைக்
கேட்கச்
செவியிருக்கு
ஆறுதல் சொல்ல
வார்த்தை இருக்கு

இவ்வளவு இருந்தும்
என்ன பயன்
அவர்களை
கண் போல
உடன் வைத்துப்
பார்த்துக் கொள்ள
பணம் இல்லையே!

ஏழையாய்
பிறந்து விட்டேன்
ஆனால்
ஏழையை தாங்கிப்
பிடிக்கும்
வேறாக மாறுவேன்
என்றேனும் ஒரு நாள்!

- **வெ.ராஜா**

பசியோடு பயணம்

ஒழுகும் கூரை
கிழிந்த உடை
இலவச அரிசி
கால்வயிறு நிரப்ப
மீதிவயிறு நிரப்ப
பகலெல்லாம் உழைக்கிறேன்

காலை விடிந்ததும்
தொடங்கி விடுகிறது
நாளை உணவுக்கான
வழிதேடும் தேடல்

பசியின் வலியை
பணக்காரர்கள் அனுபவிப்பதில்லை
ஏழையாய் பிறந்ததால்
எல்லா வலிகளும்
எங்களுக்கே சொந்தம்

அடிப்படை வசதிகளும்
ஆசையாகிப் போனது
விதியும் எங்களிடம்
விளையாடிப் போனது
ஏழையாய் பிறந்ததால்
வாழ்க்கையை வெறுக்கிறேன்!

- **இராகுல் கலையரசன்**

கொடூர விளையாட்டு!

அன்றாட கூலியில் ஆசையாய் குடிக்கும்
அரைவயிற்று கஞ்சியும் அழிந்து தான் விட்டது
இயற்கையின் ஆங்கார ஆட்டத்தில் !

அகமகிழ்ந்து அன்னமிட்ட கைகள்,
கரமேந்தி தெருவோரத்தில்!

அடிவயிற்றுப் பசியோ ஈரத்துணியில்,
ஈரமற்ற பணத்தின் உள்ளம் இரும்புப் பெட்டியில்!

சத்தமிடும் வயிற்றை இறுக்கிப்பிடித்து
பசியடக்கும் குழந்தையின் நீர்த்துளி கண்ணின் ஓரத்தில்!

மழலையின் நிலை கண்டும் மனமிறங்கா
கொரோனாவோ கொடூர விளையாட்டில் !

- **காவியா செங்கொடி**

வறுமையின் கொடுமை

வறுமை வறுமை வறுமை
கொடுமை கொடுமை கொடுமை
கடுமை கடுமை கடுமை தந்தனையே
ஐயமின்றி சொல்வேன்
அரியதான பசியை ஏன் எதற்கு
மக்களுக்கு கொடுத்தாய்
பசித்திருக்க வைக்க பறந்து வந்தாயோ
வறுமையை உடன் அழைத்து வந்தாயோ
என்ன என்ன வழிகள் உண்டோ அத்தனையும்
எனக்கு வழி சொல்
பசிக்கும் உயிரின்
கண்களைக் கவனித்து பார்த்தால்
நமக்கு மனசு பதறும்
இந்த நிலையில்
இறைவனே நீ பதற வேண்டாமா
பசித்தீர்க்க வரவேண்டாமா
உயிரினை பதற வைக்கும்
இந்த பசியைத்தீரக்க உதவ வா
அனுதினமும் அன்றாட நடைமுறை
வயிற்றுப்பசியை போக்க
அல்லும் பகலும் கலந்துகொள்ள
ஏழைகளின் கண்ணீரைத்துடைக்க
உடனே வா வா
வாழ வேண்டியவர்களை
வதைக்காதே வறுமையால்

இன்னாள் மட்டும்
இடையறா இடத்தில்
இமைகளின் கணத்தில்
வடிந்த கண்ணீர் வழிந்தோட
பசி வந்திடப் பத்தும் பறந்ததோ
ஐயத்தைவிட்டுச் சொல்ல
ஐம்பொறியை அடக்கிட
அத்துமீறி ய வறுமையை
வாகாய் வழி நடத்தும்
மறந்தும் நலங்களைத்தர எண்ணாத
அடுத்தடுத்த பணியோ உன்னெடைய
வறுமையை வலியுறுத்தம் பணி
கண்ணுருட்டி காது இருட்டி
இத்துணூன்டு உணவுக்கு
கைநேந்து நிற்பவர்களை
காணும் பொழுதிலே மனமது
வருந்தி.வெதனையில் தவிக்குதே
ஓடி ஓடி உழைச்சவனும்
ஒரு சாண் வயித்துக்காக
கொழுந்து வுட்டெறியும் பசிக்காக
அல்லும் பகலும் உழைக்கின்றன!

- **முனைவர் சு.நாகவள்ளி**

உயிர்களுக்கு பசித்தான் அடையளமோ

உயிர்கள் ரகங்களை பார்த்து பசி வரவில்லையே!
இறைவனின்
ஒவ்வொரு ரக படைப்பிற்கும் பசி வருகிறதே!
புல் மானுக்கு உணவு!
மான் புல்லுக்கு உணவு!
கொசு தவலைக்கு உணவு!
மனிதனின் ஏழை பசிக்கு ஒரு வேளை சோறு கிடைக்க வழியில்லை!
அதிகாலை கஷ்டத்தை இஷ்டத்தோடு உணர்ந்து!
நேரத்திற்கு வரும் பசியை உணர்ந்து!
பசித்ததற்கு கால் வையிற்று பழையதை புசித்தாயே!
பணக்காரனுக்கு பசியே இல்லை!
ஏழைக்கு பசித்தான் அடையலமோ!

- **நெல்லை பாலஸ்ரீகரன்**

பசியுடன்...

காய்ச்சலால் காயும் தன் மகனுக்கு கருப்பசாமி கோவில் திருநீரை கடைசி மருந்தாக வாயில் போட்டாள் ஆரோக்கிய மேரி.

அடுபெறிக்க முட்களை சுமந்து வந்தாள் சமைக்க ஏதும் இல்லை என்பதை மறந்து.

அழும் குழந்தைக்கு ஆறுதல் படுத்த அடுப்பில் வைத்தாள் முட்களை.

குழந்தையின் பசி அனல் மூச்சில் அடுப்பும் பற்றியது. நன்றாக வெந்தும் முடிந்தது மேரியின் அடி வயிறு.

பலர் வந்தனர் புகைப்படம் எடுக்க
நிவாரணம் என்றனர்,
உதவி என்றனர்,
ஆனால் புகைப்படம் மட்டுமே அதிகமாக வந்து சேர்ந்தது சமூக வலைதளங்களில்.

எங்களை தெரியாதவர்கள் எல்லாம் எங்களை like செய்வதாக கூறினான் எதிர் வீட்டு முருகன்.

அதனால் இப்போது பழகிக்கொண்டோம் நானும் எனது மகனும்

பசி இருந்தும் சிரித்துக்கொண்டே போஸ் கொடுக்க!

- **V.M Mansoor**

அன்பின் வழி

வணி எனும் பணியே இங்கு,
பிணி எனும் விதியே இங்கு,
கதி எனும் சதியே இங்கு,
மதி எனும் செவி இழந்து மரமானதே பல மனமும் இங்கு.

கரமது ஏந்தி,
மனமது ஏங்கி,
தினமது பழகி,
உதரமது பசித்து,
உணவது புசித்து,

சில பேர் பழித்து,
பல பேர் மிதித்து,
அகம் கொண்டோர் அணைத்து,
அன்பில் கலந்த அமுதினை உள்ளம் நெகிழ்ந்து ஊட்டி,
அழல்இலா தீபமானரே !!

ஊறுகால் பலவுரைக்க – நின்
மாறுகால் ஒன்றே மனமுரைக்கும் மருந்தாகும்,
சேருகால் நின்னை சீண்டும்வரை !!!..

- **சக்திவேல் மாரியப்பன்**

பசி போக்க மனிதம்

உணர்வுகளின் உச்சம் வயிற்றின் பசி//
பணம் பசிபோக்கும் கருவியாகுமா?//
பசி சிலநாழிகையில்
திருட்டுக்குச்சொந்தக்காரனாக்கிறது//
பணம் முக்கியமா பசியை போக்குமாஎன்றால்//
பணத்தை பசிக்கு உண்ணமுடியுமா என்பதே//
முன்னொரு காலத்தில் சத்திரங்கள் சரித்திரமானது//
பசியைப் போக்கும் இடமாக முன்னோர்கள்
படைப்பு அதுவே சிறப்பு//
சத்திரங்கள் அழிய கல்விச் சாலைகளில் படிப்புக்காக
உணவு என்ற நிலை//
மதிய உணவு தந்த காமராசர்//
உலகில்ச சிறந்த திட்டம் பசி போக்க கல்வியும் வழங்க//
சுயநலமே நம்நாட்டும் பிள்ளைகளும் படிக்க
பசி போக்க மனிதம் உதயமாகட்டும்//
சாதனைகளும் பசியினால் சோதனையாகும்//
பசியை வெல்வோம் சாதனைகொள்வோம்!

- க.திவ்யா

வறுமையின் நிறம் சிவப்பு

அக்காலம் தொட்டு இக்கலாம் வரையும் சரி என்னவோ
வறுமையின் நிறம் மட்டும் இன்றும் மாறவில்லை
சிவப்பு நிறத்திலிருந்து!

வானவில்லில் ஏழு வண்ணங்கள் உண்டு அதிலும் முதன்மை
நிறம் ஒரு வேளை வானவில்லும் வறுமையின் பிடியில்
மாட்டிக்கொண்டதோ என்னவோ! என்றோ ஒருநாள் தான்
மேலே எழுகிறது!

உலகில் அனைத்தும் அழகாய் மாற
நான் மட்டும் மாறவில்லை என் நிலைமையும் மாறவில்லை
எப்பொழுதும் திண்டாட்டம் மேலே உள்ளவனுக்கு
கொண்டாட்டம்!

உடம்பில் ஓடும் குருதியின் நிறம் சிவப்பு என் நிறமும்
சிவப்பு என்ன ஒரு ஒற்றுமை இரண்டும் ஒரே நிறம் ஆனால்
உள்ளே ஓடும் குருதிக்கு மட்டும் தான் மதிப்பு
வெளிதோற்றத்திற்க்கு அல்ல

உணவின்றி உறங்கிய போதும் என் கனவுகளுக்கு இல்லை வறுமை
கனவினில் தோன்றும் இன்பத்திற்க்கு
இல்லை வறுமை. கூரையின் வழியே மெல்ல எட்டிப் பார்க்கும் நிலவுமங்கை
அதுவே என் வறுமையின் பெருமை

வறுமை என்பதால் ஆதவன் கூட ஒளிக் கொடுக்க மாட்டேன் என்று கூறி விடுவானா அல்லது பால்மழை என் மீது தான் விழாதா வறுமையின் நிறம் சிவப்பு என்றாலும் மனிதன் என்னும் நிறம் ஒன்று தான்
வறுமையே நீ என்றும் நிரந்தரம் இல்லை உன்னை ஒரு நாள் வெல்வேன். உன் நிறத்தை மாற்றுவேன். உன்னால் எழும் தகுதிகளை முற்றிலும் அகற்றுவேன்!

- **ர. ரமேஷ்**

அரசாங்க நிவாரணம்!

அடி விட்டு அடி நின்றோம்.
யாரையும் தொடாமல் தொட்டு நின்றோம்.
யாருடைய வட்டம் பெரியது என்று பேசிக்கொண்டே
நின்றோம்.
ரேஷன் கடையின் ஊழியரின் முகத்தை
பார்த்துக்கொண்டே நின்றோம்.
இலவச பொருட்கள் கிடைத்த உடன் அங்கிருந்து
ஆனந்தமாக நகர்ந்தோம்.
மல்லிகை பொருட்கள் தேய்பிறை போல் குறைந்த பொழுது
வறுமை வளர்பிறை போல் வளர்ந்து!
எங்கள் வீடுகளில் மகிழ்ச்சி பெருகியது.
வளர்பிறை நாட்களில் நாங்கள் அரசர்களாக மாறினோம்
தாய கட்டைகளுடன்.
வளர்பிறை நாட்கள் அல்ல வா ஆகையால் தான் என்னவோ
மகிழ்ச்சி தேய்ந்து கொண்டே செல்கிறது.
இன் முகம் கொண்டு பேசும் உறவினர்கள் கூட தினமும்
எங்களுக்கு போன் செய்து வெளியே செல்லாதீர்கள் என்று
பாசமாக பேசுகின்றனர் நண்பகலில் எழுந்து இரு வேலை
உணவுண்டு வாழ்க்கையை இப்படியும் வாழலாம் என்று
வாழ்ந்து கொண்டு இருக்கிறோம்.
வருமை புதிது அல்ல எங்களுக்கு ரேசன் அரிசியின்
சுவையை அறிந்தவர்கள் தான் நாங்கள் காயும் கறியும்
இன்றி மிளாகாய் தூளை குழப்பி உண்ணவும் தெரியும்
ஆனால் இன்றோ மூன்றுக்கும் மூன்றாவது மணிதர்களை
நாடிதான் நிற்கின்றோம்.
சுத்தத்திற்கும் குறையில்லை மகிழ்ச்சிக்கும் குறையில்லை
வயிற்றுக்கு குறை வந்துவிட்டது. ஆனாலும் ரேசன்
அக்காவின் இன் முகத்தைக்காண வீட்டிற்கு டோக்கன் வந்து
விட்டது...
மீண்டும் வட்டத்தில் அடி விட்டு அடி நிற்கவேண்டும்!

- **பா.பிரியன்பாபு**

ஏழையின் பசி

காலம் காலமாக இவ்வுலகில் உலாவருகிறது....
பஞ்சம் மற்றும் பட்டினி...
ஒரு வேலை உணவிற்கு கூட ஏங்கும் வண்ணம்....
நாட்கள் இக்காலத்தில் வெகுவாய் நகர்கின்றது....
கூலி வேலை செய்தும் வயிறு நிரம்ப உண்ண முடியாமல்
தண்ணீர் அருந்தி பசி தீர்க்கும் பலர்....
இந்த இக்கட்டான நிலையில் தண்ணீர்க்கு கூட வழியின்றி
தவிக்கின்றன...
நம்மால் அவர்கள் பசியை உணரமுடியாது....
ஆனால் உதவ இயலும்....
இயன்ற வரை உணவளிப்போம்..
வறுமையின் பசி போக்குவோம்....

- **நர்மதா**

அழிப்பாய் வறுமையை!!

வளமை நிறைந்த நாட்டினிலே
வயிற்றுப் பசி தீரவில்லை!!
கோடி கோடி இடமிருந்தும்
பணத்தை ஏன் பயிரிடவில்லை!!

ஏழைகளும் வாழும் ஊரில்
எட்டு மாடி வீடு கட்டி
காட்சிப் பொருளாய் வாழ்பவர் தான்
பசி என்பதை அறிவாரா?

சாலையிலே கிடக்கும் உயிரு
மாலையிலே போய்விட்டால்
காலையிலே படையல் வைத்து
பாலைக் கொண்டு ஊற்றுவாரே!!

மனித நேயம் மறந்ததாலே
வறுமை இன்னும் இருக்குதுங்க!!
ஊழல் இங்கு வாழ்வதாலே
ஏழை எல்லாம் இறக்குதுங்க!!

சேர்த்து சேர்த்து வைப்பதெல்லாம்
சோறு தண்ணி ஆகாதுங்க!!
எடுத்து எடுத்து கொடுப்பதினால்
உங்க குடும்பம் சாகாதுங்க!!
மழையைப்போல் மனிதம் வேண்டும்!!
கடலைப் போல் மனது வேண்டும்!!
வானம் போல் கொடுக்க வேண்டும்!!
வள்ளல் போல் இருக்க வேண்டும்!!

பசிக்கும் வயிறு முகத்தைப் பார்
விழி நீர் கண்களில் வழிந்து விடும்!!
உணவை உயிருக்கு கொடுத்துப்பார்
வறுமை இன்றே அழிந்துவிடும்!!

- **சு. சிவனேஸ்வரன்**

வறுமையின் வறுமை!

கருப்பையில் தொடங்கியது....
கல்லறை வரை ....
தொற்றிக்கொண்டே....
ஒட்டியே பிறந்ததோ...
வறுமையோ வாசல்படியில்....
விழியில் பசி நீள்கிறது....
வறுமையின் முழக்கம்....
இங்கு பசியிலே பலநாள் உறக்கம்....
குப்பையில் கொட்டும் உணவுக்கும் ....
அலை மோதும் மக்களும் உண்டு.....
மச்சி வீட்டில் மின்சார அடுப்பு பஞ்சமில்லை ...
குச்சி வீட்டில் மின்சாரமும் உடுப்பும் சொச்சமில்லை....
பந்தியிலே பட்டினி சாத விருந்து....
பந்தலின் வெளியில் எச்சிலைக்காக ஏந்திய கைகள்....
பணக்காரனுக்கு பலவகை உணவுகள் ....
ஏழைக்கு என்றும் இரவல் உணவு தானோ?

அறுசுவையும் உணவுகள் உண்டு...
ஏழைக்கு யாராவது சுவைத்துத் தந்த உணவு தானோ?
வயிர் என்றால் பசிக்கும்.....
நாவென்றால் ருசிக்கும்....
வசிக்கும் இடம் என்றே ஆனது...
வயிறு தினந்தினம் புசிக்கிறது பசியை மட்டுமே....

ஏழையின் வீட்டில் பசி தீயை மூட்டினாயே இறைவனே.....
வறுமை வதைக்கி எடுக்கிறது ஏழையை ....
பசியை மறந்தாச்சு....
உறங்கியே வருடம் பல ஆய்யிருச்சு....

என்றே நிரந்தர விதியாச்சு....
பணக்காரனுக்கு தனி உடைமை ஒரு சாம்ராஜ்ஜியம் ....
ஏழைக்கு பசியின் ராஜ்யமே மிஞ்சிப்போனது....
ஒரு பருக்கை உணவு....
அது ஏழைக்கு மட்டும் என்ன கனவா..?
என்ற வினாவை இறைவனிடம் எழுதி வைப்போம்....!

- **த.தீபா மணிகேகர்**

பசியின் ஏக்கங்கள்

உங்களை மாதிரியே – எனக்கு
வயித்தையும், பசியையும்
தந்துட்டாரு இந்த கடவுள்..!
ஆனா ஏனோ அதையும் மறந்து
எங்களை சிலையா நினைச்சு
விளையாடுறாப்ல இந்த கடவுள்..!

பிழைக்க, உழைக்க
திடமும், மனமும் இருக்குது
பாவம் எங்களுக்கு வேலை தர தான்
இங்க யாருக்கு மனம் இல்லை..!
இல்லைங்கிறதுனாலையே
கையேந்தி நின்னே...
இல்லை இல்லைங்கிறதே பதிலாக இருக்குது...

அய்யா பசிக்கிது பசிக்க ஏதாவது தாங்கன்னே...
சீ போ...னாக அவுக..!
அம்மா சாப்பாட்டு நாளாச்சு உணவு தருவியானு கேட்டே...
கண்டு காணாதது போல முகத்த திருப்பிக் கிட்டாத...
வாட்டிச்சு பசி.....வருந்துனே என்ன பிறப்பு டா இதுனு...
விரட்டிச்சு பசி....வெறுத்தே இந்த உலகத்தை..!

அனாதையாகிய எனக்கு பசிக்க கூடாதா..?
பசிச்சா உணவு கிடைக்காதா..?
அதிகமா கேட்கல
ஏ பெயர் எழுதிய பருக்கையை கேட்கிறே...
தர மனமில்லையா இல்லை
ஏ பெயரை
இறைவன் எழுதவேயில்லையா..!

அம்மா.. தாயே.. ஐயா ஏ பசியை போக்குங்க...
இல்லை.... என்னையே புதையுங்க

இந்த மண்ணில...
புதைக்கும் போது
ஒரு நெல் மணியயோ சில விதைகளையோ தூவுங்க...
என்னோட தம்பிமார்க.,பசியாறுவாங்க...
இன்று வறுமையின்
பசியோட....ஓர் ஜீவன் இங்க!

- **கவியருவி பா.சரவணன்,**

வறுமையுடன்

வறுமையுடன் கடந்து செல்கிறேன் வாழ்க்கை முழுவதும்..!
மிகப் பெரிய கொடிய நோய் வறுமை...
உணவுக்குக் கையேந்தும் மனிதனைப் பார்க்கும்போது
உள்ளம் வலிக்கிறது...
வறுமையில் கையேந்தும் ஏழைகளை பார்த்து....
கடந்து செல்லும் மனிதர்கள் நினைப்பது...
வறுமை எனும் வரம் கலியுகத்தில்
இறைவன் தந்தது என கடந்து செல்கிறார்கள்...
கலியுகத்தின் கர்ணன்கள்...
மண்ணுலகில் மனிதனாய் பிறந்துவிட்டோம்... மரணிக்கும் வரை...
இல்லாதவர்களையும் இயலாதவர்களையும்
வறுமை எனும் கொடிய நோய் இடம் இருந்து
காப்பாற்றுவோம்...
உலகினில் மனிதனாய் பிறந்த அனைவரும் சுவாசிக்கக் கூடாத ஒன்று வறுமை!

- **க.தனபால்**

விழிநீருடன் வீடு வீடாக யாசிக்கிறேன்

அல்லும் பகலும் ஆண்டவனின் கணக்கு
அரை சான் வயிற்றுக்காரன் இடையிலெதற்கு?
ஊனும் உயிரும் உணவை கேட்கிறது
உள்ளம் மட்டுமே மானத்தை நாடுகிறது!
கண்களில் உப்பு நீர் வற்றுகிறது
கைகள் இரண்டும் ஏந்தத் துடிக்கிறது!
நோய்களின் தாக்கத்தைக் கூறும் அரசே
மக்களின் வருமையின் தாக்கத்தையும் கூறலாமே!
பிள்ளைகளின் பசியை தீர்க்க வழிதேடி
விழிநீருடன் வீடு வீடாக யாசிக்கிறேன்!

- **வெ.நந்தகிருஷ்ணா**

வறுமையின் வலி

மரம் ஆடும் காற்றில்
மனம் வாடும் சோற்றில்
வந்ததோ கொடிய நோய்
வதைத்ததோ வயிற்றின் பை...

கஞ்சி சோறு உன்ன
காலம் கடந்து போக
நெஞ்சு பலம் அதிகமாக
பிஞ்சு உள்ளம் வாடியதே...

இன்று நாளை பொருத்துக் கொள்ள
தினம் தினம் போர் செய்ய முடியவில்லையே பசியோடு
நோயின் பயமும் வலியோடு...

அன்றாட பிழைப்பும் கேள்விகுறி!
அயராத உழைப்பும் முடங்கியபடி
அசைந்தேன் மரத்தடியில்
ஆகாயமும் கண்ணீர்
சிந்தியது என்னில்...

வழியே சென்றாலும்
வலி தான் மிஞ்சியது
தீருமா பசி இல்லையேல்
நம்மை மண் ருசிக்குமா !

காலத்தின் சோதனையா
இயற்கை தரும் போதனையா!

- **மு. முஹம்மது உமைர்**

உணவூசி

****

மணிமேகலையின்
அட்சயப்பாத்திரம்
முதல் அலையிலேயை
களவு போய்க்
காணவில்லை!

காயசண்டிகளின்
தீராப்பசிப்பிணியில்
இரண்டாம் அலையில்
புலம்பெயர்ந்தோரின் புலம்பல்
இன்னும் ஓயவில்லை!

மூணாம் அலைக்கு
முன்னரே பரதேசம்
ஏகலாம்...
தடுப்பூசிக்கு
தயாராகாத தேசமே,
கூட்டுப் புதை ,
எரிப்பிற்காவது
தயாராகுங்கள்.!

வேலையில்லை கூலியில்லை,
அடுப்பிங்கே புகையவில்லை,
அடிவயிறு புகைகிறது,
சோறு கொண்டணையும்
பொல்லாத்தீ

கிருமி மரணங்களை விட,
பசி மரணங்கள்
கூடாதிருக்கட்டும்.

தீநுண்மிக்கு
தடுப்பூசி
இருக்கட்டும்..
முதலில்
இந்த
ஊண் உண்ணிக்கி
உணவூசி
போடுங்கள்.

******

- **மு.சு. நரேந்திரன்**

முகவரியில்லா முதலாளி

~~~~~~~

சாலையின் ஓரத்தில் தான் எங்கள் மாளிகை......
வீட்டின் வாயிலில் உயர்ரக வாகனங்களின், அணிவகுப்பு
புழுதியின் குவியலில் தான் எங்கள் மெத்தை
விலைமதிப்பில்லா தாய்மடி தான் எங்கள் தலையணை.....
வாகனங்களின் பின்னணி இசையில் தான் எங்கள்
தாலாட்டு
அமிர்தத்தை மிஞ்சும் கூழும், கஞ்சியும்....
எங்களிடமும் உண்டு

அதுவும் எப்போதாவது!

ஏனெனில்
நாங்கள் தீவிர நோன்பிகள்.......
எங்கள் வீட்டில் கதவும் இல்லை......
களவாட பொருளும் இல்லை.....
நிம்மதியான தூக்கம் உண்டு....
மழையும் வெயிலும் எங்கள் விருந்தாளிகள்....
புயலும்,சுழல் காற்றும் எங்கள் துரத்தும் விரோதிகள்......

சிகுப்பை சேகரிப்பில் தான் எங்கள் வருமானம்....

எனவே தான் மக்களின் மத்தியில்
நாங்கள் மனிதர்களாக இல்லாமல் குப்பைகளாக
தெரிகிறோம்....
~~~~~~~

முகவரியில்லா முதலாளிகள்
நாங்கள்......

எங்களிடம் அடையாளமும் இல்லை..
ஆதாரமும் இல்லை.... சலுகைகளும் இல்லை...
நாங்கள் நிவாரணங்களால் நிராகரிக்கப் பட்டவர்கள்....
எங்களுக்கு பண்டிகைகள் கிடையாது.....
மாத்து துணி கிடையாது......
மானத்தோடு வாழ்கிறோம்......

வறுமையினால் ஆதரிக்கப்பட்டவர்கள்....
பட்டினியும், பஞ்சமும் தான் நிரந்தரம்
நோய், பிணி, அண்டாது.......
ஏனெனில் பசிவந்தால் பத்தும் பறந்துபோகும்......
சாலைகளை வலம் வரும் ராசாக்கள் நாங்கள்......
சாவை எதிர்த்து தினந்தினம்...போர் செய்கிறோம்

- **சு.கோகிலா**

வறுமையின் வரிகள்

வறுமையை தீர்மானிக்கும்
என் வருமானமே

பெண்ணுக்கு சேலை கூட
எளிதில் கிடைத்து விடுகிறது
ஆணுக்கு வேலை தான்
எளிதில் கிடைப் பதில்லை

காலை உணவும்
கூட சமயங்களில்
டீ கடையோடு
முடிந்து விடுகிறது

மழை நீரில் கூட
என்ன கலப்படமோ

வடிகட்டுது
குடிசை வீடு

பள்ளி முதல் அலுவலகம்
வரை அடைத்து விட்டாய்
என் கடனையும் கொஞ்சம்
அடைத்து விடு ஊரடங்கே

சாலையில் சிவப்பு பலூன்
விற்கும் சிறுமி மீண்டும்
எனக்கு ஞாபக படுத்தினால்
வறுமையின்நிறம் சிவப்பு என்று !

- **மணிராஜ் .பா**

கொடிய பசி

பொன் நகையைத் தேடி திரிந்த சிலரும்,
பெட்டியை நிரப்பும் சிலரும்,
நல்ல சொல்லை சேர்க்க சிலரும்
பல தொல்லைகளை சேர்த்து,
உடலிலும், உறவிலும்,
சில உண்மையை உணராமல்,
தன் வறுமையின் போது தான்
உணவின் மதிப்பு எவ்வளவு தேவை
என சூழ்நிலை உணர்த்தும், போது
எந்த ஆடம்பரமும், ஆணவமும்
உயிர் வாழ தேவையில்லை,
என்று ஒருவனுக்கு புரியவைக்க
இந்த கொடிய பசி தான் சிந்திக்க தூண்டுகிறது,
வாழ்க்கையில் எது தேவை என உணவிட்டு!

- **நாமக்கல் ம. செந்தில்ராஜா**

வறுமையா இல்லை?

பசியாற உண்ண உணவு
இளைப்பாற இல்லம்
மாணம் காக்க உடை
இவையெல்லாம் எனக்கு கனவுதான்
ஏதோ ஒன்றை இழந்தால் தான்
என்னால் வாழ முடியும்
இது வறுமையா இல்லை
ஆண்டவன் எனக்கு அளித்த சோதனையா

- **அருணா**

பசி என்பது உணர்வு

பசி என்பது உணர்ச்சி அல்ல, உணர்வு!...
"பசி வந்தால்,பத்தும் பறந்து போகுமாம்"
முன்னோர்கள் சொன்னது, பழமொழி!... ஆம்!!..
பசி என்பது சீரிய சிந்தனையை,
சிவப்பு சிந்தனையாக்கி,
சில்லரை சிந்தனைகளாக்கும் சீரற்ற கருவி!..
"பசி",சிறப்பு சிந்தனையுடன் சிகரத்திலும் வைக்கும்,
அவமானமின்றி அடுத்தவர் காலிலும் விழ வைக்கும்!
..ஆம்!...பசி என்பது பொதுநலமான உணர்வு..
அதன் முடிவோ,சுயநலமானது!..
அடுத்த வேளை ஆகாரம் கிடைக்காதோ
என அடுத்தவன் உணவை எடுத்து பதுக்கி
பதுக்கலை கற்றுத் தந்தது!...
உணவைப் பொருளாக்கி,பொருளை பணமாக்கி,
பணத்தை சொத்தாக்க கற்றுத் தந்ததும் பசியே தான்...

ஒரு வேளை உணவு...நாளாய் மாறி..
நாளைய தலைமுறைக்கும் பதுக்கக் கற்றுத் தந்ததே!..
ஓரிடத்திலே வளமெல்லாம் வாழ வைத்ததே இந்தப் பசி
தான்!..
சொந்தமோ,பந்தமோ உறவுகளையெல்லாம்
சிதறு தேங்காயாக்கி வீணாகப் போக வைத்ததுமிந்த
பசியே!..
அவலங்கள் பலவற்றை அள்ளித் தருமிந்த பசியை,
பாசாங்கின்றி உழைத்து, உணவாக்குவோம்!..
பாரினில் பசிப்பிணியைப் போக்குவோம்!..

- **க.மகாலட்சுமி கிருஷ்ணமூர்த்தி**

தினம் பசி

திறகைளும் கனவுகளும் கிடப்பிலே..
கொடிய நுண்தொற்றே உலகிலே..
இதனால் மக்கள் பீதியிலே..
வாழ வழியும் தெ(பு)ரியல..

ஆக்கித் தின்ன அடுப்பிருந்தும்
வாங்கித்தின்ன பணமில்ல....
முடங்கிக் கிடக்கப் பிடிக்கல..
தினம் பசி தாங்க முடியல்ல!

- **ஆ.லெ.மு.லியாப்தீன்**

கோரப்பசி

ஊரடங்கு காலத்தில் ,
உயிர் வலி போனதே!
கொரானாவை விட கொடியது!
இந்த கோரப்பசி !

கோடிகளில் சேர்த்து வைத்து,
வகை வகையாய் உணவு உண்ணும்,
இவர்களுக்கு என்ன தெரிய போகிறது,
இந்த ஏழையின் பசி !

ஆண்டவனால் அனாதையாய் விடப்பட்ட,
ஏழையின் பசியை கண்டதுண்டா!
இந்த கொரனா என்ற மனித சாபப்பசி!

கண்டிருந்தால் கொரனா
மாண்டிருக்கும்! – இன்னும்
காணவில்லையோ! இந்த
ஏழையின் பசி!

மனித நேயம் கொள்வோம்!
பசிப்பினியுடன் சேர்த்து,
கொரனாவையும் கொல்வோம்!
தனித்திரு! விலகி இரு!

-

- **கிருபாநிதி அய்யனார்,**

உணவளிப்போம்...

வறுமையில் கொடியதாக தோன்றுமே வன்கொடுமைபசி.....
உடல் மெலிந்து நொடிந்தாக தோன்றுமே முதுமைபசி....
இளமையிலே இனப்புரியாது தோன்றுமே காதல்பசி....
மழலையின் அழுக்குரலில் தோன்றுமே அம்மாப்பசி....
நெற்கதிர் அழிவில் தோன்றுமே விவசாயப்பசி....
பக்தர்களின் மனதில் தோன்றுமே தெய்வப்பசி....
எழுத்தாளர்களின் கண்களில் தோன்றுமே எழுத்துப்பசி....
வேலையற்றவர்களின் பார்வையில் தோன்றும்
வேலைப்பசி.....
கொரானா காலத்தில் தோன்றும் கொரானாப்பசி....
பசியில்லாது உலகமே இல்லை....பசி கொடுமையால்
அழியும் உலகமே....
எதை மட்டும் நாம் வாயால் போதும் என்போம் உணவை
மட்டும் தான்....
பசியால் வடியவரை கண்ணால் கூட பார்த்திடதே....
அனைவருக்கும் உணவளிப்போம்.....
பசியில்லா சமுதாயத்தை உருவாக்குவோபார்த்திட

- **முனைவர்.சத்தியபானு ச**

அன்னம்...

தந்தையோ சுடுகாட்டு மடி...
அன்னையோ அன்னக்காவடி...
வாட்டும் காலத்தில் வாடிய முகத்தோடு...
வாய்விட்டு கேட்கிறேன்...
வாக்கு அல்ல...
எனக்கு வாய்க்கரிசி தல்ல...
கையேந்தி கேட்கையிலே கண்டு கொள்ளாத மானுடம்...
மொட்டை மாடியில் படையல் போடுகிறார்கள்
முன்னோர்கள் காக்கையென்று...
அறிவு பசிதீர படி என்று சொல்வோர் மத்தியில்...
வயிற்றுப்பசிக்கு என்ன வழி என்றபடி...
நான் கடக்கையிலே...
ஒரு கண் கூட என்னை காணலியே...
நான் காஞ்சான் மகன் என்பதனாலா...
பசி பிணக்கு பதம் பார்க்க...
மறுப்பாதம் வைக்க முடியலையே...
அடிக்கிற வெயிலுக்கு மேலே...
எரிகிறது அடிவயிறு...
ஆதி சிவன் கோயிலிலே அன்னதானமாம்...
என்று யாரோ சொல்ல...
பின்னங்கால் பிடரி அடிக்க ஓடி நின்றபோது...
பித்தனும் திரும்பிச் சென்றான்...
பசியே உன் நோய் என்றான்...
வாடிய உடம்பில் அன்னம் ஏந்திய கையோடு...

அன்பான சிரிப்பில் நின்றிருந்தாள் அன்னையவள்...
குடல் பிரட்டும் குளத்தின் நாத்தத்தில்

மிதக்கும் தாமரை மணக்கும் இறைவனடியில்...
ஈனப் பிறப்பிலும் ஈரம் உண்டு என்பதை...
உணர்த்துவதே அன்னை மடி...
இத்துயரம் என்று தீருமடி...
என்றபடி...
மரணம் என்பது வாழ்வின் கடமை...
அதுவே பசியால் என்றால் கொடுமை...
என்று ஏட்டில் பதிந்த காகிதம்...
இன்று நடைபாதையில் கசங்கியபடி!

- **இராகவிஞன்**.

தீராத நிரந்தரபசி!

பாறமான நாட்களிலே...!
பாரியினில் பலவித பசி...!
ஏழைக்கு வயிற்றுபசி..!
ஏகலைவனுக்கு அறிவுப்பசி..!
தோற்பவனுக்கு வெற்றிப்பசி...!
மூடனுக்கு பணப்பசி...!
முற்றும் உணர்நதவனுக்கு அமைதிப்பசி...!
அரசியலில் அதிகாரப்பசி...!
அனாதைக்கு பாசப்பசி..!
நல்லவனுக்கு சமுகப்பசி..!
நடுத்தரவர்க்கத்திற்கு முன்னேற்றப்பசி...!
நலிந்தவனுக்கு நாலுப்பசி..!
கவிஞனுக்கு கருத்துப்பசி...!
உழுது உரமிட்டு ,
வயிறு நிறைய உணவிட்டு
உண்பவர் முகம் கண்டு,
மனம் மகிழும் உழவனுக்கு ,
இருப்பதோ ஈகைப்பசி...!
உண்பவன் தன்னை மறந்தபோதிலும்,
மாறாத உண்மைப்பசி...!
என்றும் தீராத நிரந்தரபசி...!

- **ஆனந்தராமர் .ஆ**

பசியோடு பசியால்..

எண்ணி எண்ணி காசைப்
பார்க்குது
எண்ணாமல் பசிதான் உணவை
எண்ணுது

உண்ணாமல் உடல்தான் தளர்ந்து
தவிக்குது
கண்களுந்தான் சோர்ந்துதான்
போகுது

பசிப்பசி பசிதான்
தலைவிரித்தாடுது
பசிக்கு உணவின்றி
தள்ளாடுது

வசிக்கவும் வாழவும்
வழிதானேது
வாசிக்கவும் கல்விச்சாலையும்
இல்லைதானிங்கு

வளம்தரும் வளம்நிறை
நாடு
உளம்நிறை பலம்கொண்ட
மாந்தர்
வறுமைக்கு வறுமை வைக்க
வேண்டாமோ
வறுமைக்கு வறுமைதான்
வைத்திடின்

வளமை வளமை
வளமைதாமே
மணிமேகலையின்
அட்சயபாத்திரம்

மண்ணில்தான்
விளைந்திடுமே
பசிதான் பசியோடு
திரிந்திடுமா
பசிதான் பசியற்றுப்
போகுந்தானே

- கவிஞர் தக்கோலம் கங்கை மணாளன்
(N.ஜலநாதன் M.A.,B.Ed.,)

சலங்கை பசி ஒலி.

\- --------------------

உசந்த கலைஞர்கள்
கரகத்தை தலைச் சுமந்தால்,
கட்டிய சலங்கை அவிழ்க்கும் வரை
மாரியாத்தாளுக்கு நோம்பிருக்கும்
புனித கலை.

உருமாறிய தீநுண்மியால்,
உரு தெரியாமல் அழிவு நோக்கில்
ஊருல திருவிழாயில்லை,
வயித்துக்கு சோறுமில்லை.

பஞ்சத்திலே பிழைப்புயில்லை,
பட்டினியில் வாழுது கலை,
நெஞ்சமெல்லாம் பதறுகிறது.
உருமி சத்தம், வயிற்றில் தான் கேட்குதிங்கே.

மண்படிந்து,
வண்ணம் போயி
செஞ்சி வைச்ச தலைக் ககரகம
செல்லரித்து போகுது எங்க வாழ்க்கை பாடா.

அரசாங்கம் என்ன செய்யும்?

காலாடி,
மகிழ வைத்து,
மாரியாத்தா துணையுடனே மகிழ்வாய்
வாழ்ந்த காலம்
மலையேறிப் போச்சு.

மக்கா,
மக்களையும் காப்பாற்ற
மடியேந்த வைச்சதிந்த
தீநுண்மி.

மருவாதையா
ஆடிய காலு,
பசியாலே தள்ளாடுது
கொடுமை.

கலைக்கு
வாழ்ந்த
உசுரு
கவலையில் மடியுது,
கண்ணீரும் மிஞ்சவில்லை.

ஏஞ்சாமி
எங்க நீங்க?

- \- - - - - - - - - - - - -

- **சொ.கோட்டீஸ்வரன்.**

வணக்கம் வறுமையரக்கனே!

மனிதர்களுக்குள் மனிதனாக
மாறுவேடமிட்டு
வாழ்ந்து கொண்டிருக்கும்
அரக்கனுக்கு
"வறுமை" என்றும் பெயருண்டு!
அவனுக்கு பசித்தால்
மனித உயிர்களை உண்டு
ஏப்பம்விடுவான்;

தற்கொலை செய்யும் மனிதர்கள்,
அவனுக்கு சிற்றுண்டிகள்!!
அவனின் நாவின் மேல்தான்
யாசகர்கள் வரிசையாக அமர்ந்து
யாகம் நடத்துகின்றனர்;

வறுமையரக்கன் விழுங்கும்
உயிர்கள் யாவும்
பசிப்பிணியால் தவிக்கும்;
உடல் மெலிந்து,
உள்ளம் உடைந்து,
உயிரை இழக்கக் காத்திருக்கும்!

- **வெ.ஹேமந்த் குமார்**

வறுமையின் பிரியன்

உயிரினங்கள் பிறப்பும்
இவன் -உதிப்பும் ஒன்றுதான்
பிறப்பு முதல் இறப்புவரை
இணை பிரியாத நண்பன் இவன் –
அதிகம் ஏழைகளை மட்டுமே விரும்பும்
வறுமையின் பிரியன் – பசி

- **வினோத்குமார் சந்திரன்**

வறுமையின் போராட்டம்

எத்தனையோ போராட்டம்
எம்மிடையே பரவலாக
அத்தனையும் அடிக்கிறது
அவலநிலைப் பசியினிலே/

தொற்றுகின்ற நோயினால்
தொலையுது எம்முயிர்கள்
வறுமையிலும் கொடியிதுவே
வயிற்றுப்பசி அதுவே/

கல்வியற்ற வாழ்க்கையும்
கட்டவிழ்ந்த தொழில்களும்
முடக்கம் கொண்டதனால்
முடங்கியது வயிறுதானே/

நாளோடும் பொழுதோடும்
நடக்கின்ற நடப்பெல்லாம்
தான்தோன்றித் தனமாகத்
தலைவிரித்து ஆடுதிங்கே/

குடும்பநிலைக் ககலவரங்கள
குழப்பத்தில் எந்நாளும்
உழைபின்றி வீட்டினிலே
உயிரோடு திண்டாட்டம்/

நிவாரணப் போர்வையில்
நிம்மதியும் தொலைக்கிறது
நித்தம் நடக்கிறதால்
தெருக்கூத்தாய் தெரிகிறது/

பாலுக்குப் பாலகர்கள்
ஆழம்காணா அழுகுரலில்
தேம்பி அழுகிறாள்
திண்ணையிலே அன்னையவள்/

கொடிதிலும் கொடிது
கொரோனாக் கொடுமை
கொன்று குவிப்பதில்
கொடிகட்டிப் பறக்கிறது/

அன்றாட வவாழ்க்கைக்குத
திண்டாட்டம் இல்லாமல்
அயராது உழைத்தவர்கள்
அவலத்தில் மூழ்குறார்கள்/

அழையாத விருந்தாளி
விடைபெற்றுப் போகவென
இயன்றளவு வேண்டுவோம்
இறைவன் இன்னருளை/

-

- **வாசுகி பி வாசு**

வாழ்நாள் முழுவதும் பசி

மரணம்
வீட்டின் ஒரு அறையிலிருந்து
இன்னோர் அறைக்கு
கடப்பது போன்றது

வறுமை
வாழ்நாள் முழுதும்
வகிடுடெடுத்துப்பின்னிய
மரணம்

வறுமை
ஞானேந்திரியத்தில்

ருசி- வறுமையின் ருசி
நாற்றம்- வறுமையின் நாற்றம்
சப்தம்- வறுமையின் சப்தம்
தோற்றம்- வறுமையின் தோற்றம்
ஊறு- வறுமையின் ஊறு

ஊழை
எப்போதும்
வறுமையின் ஊழை

வறுமை
குருடனை குருடன்
அழைத்துவரும் அவித்யை

தேனின் கசிவந்த
சொல்லியலாளில் காமுறாது
சிறகை உலர்த்துகிறது
வறுமை

நெடுந்தீவு க.யோகேஸ்

“கர்ப்பத்திலிருந்து வறுமைக் குரல்”

காமச் சகுனியின்
பகடை உருட்டலில்
எனைக் கரு விதைத்த
தந்தைக் குலமே!
ஜாமப் புயலின்
மோகச் சுழற்சியில்
எனைக் கரு ஏந்திய
தாய்க்குலமே!

கர்ப்பத்திலிருந்து
கதறுகிறேன்!
எந்த நங்கூரத்தை
நம்பியெனக்கு
பிறவிக் கடலில்
பரிசம் போட்டீர்!

மானாவாரி நிலமாய்
மாதச் சம்பள
வானம் பார்த்து
வந்த மறுநாளே
வறட்சியில்
வாய் வெடித்து
கோல்கேட்டையும்
குளோஸ்-அப்பையும்

தொலைக்காட்சியில் பார்த்தபடி
கோபால் பல்பொடி
கொப்பளிக்கும்
வறுமையின் சந்தாதாரர் நீர்!
உமக்கெதற்கு சந்ததி?

அப்பாவெனும் அழுக்கு
பனியன் ஆத்மாவே!
ஒருவேளை...பெண்ணாய் நான்
பிறந்து விட்டால்
என் வரதட்சனை விருந்துக்கு

உன் நாக்கை நீ
துப்ப வேண்டியிருக்கும்!
என் திருமணச் செலவுக்கு
உன் சிறுநீரகத்தை நீ
விற்க வேண்டியிருக்கும்!
துப்புவாயா?...விற்பாயா?

மாறாக....ஆணாய் நான்
அவதாரமெடுத்தால்
எனக்கு கல்வி மகுடம் சூட்ட
காசநோயை உடுத்த வேண்டும்!
பொறியியல் கல்வியை
பொருத்திப் பார்க்க
பக்கவாதத்தைப்
போர்த்த வேண்டியிருக்கும்!
போர்த்துவாயா?

உங்களின் அரை
வயிற்றுக் கஞ்சியை
பங்கு போடும் என்
அவதாரம் எதற்கு?
உங்களின் ஏழ்மைப்
புண்ணைக் கீறும்
ஏளன ஜனிப்புக்கு
என்ன அவசியம்?

ஆகையினால் ஆன்றோரே
அகிலம் வர அருவருத்து
ஆவலுடன் மரணமேற்கிறேன்
அம்மாவின் கருவறைக்குள்ளேயே!

ஒரு வேண்டுகோள்!
கருவறையே
கல்லறையாகும் அவலம்
என்னோடு நிற்கட்டும்!
அடுத்தொரு சிசுவை
அடைகாக்க வேண்டாம்!

- **முகில் தினகரன்**

பசி பசி ருசி

பசி பசி ருசி அறியாது என்பார்கள் பசி இப்பொழுது கொரோனாவையும் அறியாது பசிக்கு உணவு இல்லையேல் ஜகத்தினை அழித்திடு என்றான் பாரதி அன்று!
கொரோனாவின் பசி ஜகத்தினை அழித்துக் கொண்டிருக்கிறது இன்று! இன்று பசித்துப் புசி என்பது பழமொழி கொரோனா பசியால் உயிர்களையே புசித்துக் கொண்டு இருக்கிறது என்பது புதுமொழி...
ஏழைகளுக்கு ஆகாரம் கிடைத்தால் சந்தோஷமும், அதை தோற்றுவித்தவர்களுக்கு அருமையான லாபமும் கிடைக்கும் என்கிறார் அருட் பிரகாச வள்ளலார் திருவருட்பாவில்.
உயிர்களுக்கு பசி அதிகரித்தால், ஜீவ அறிவு விளக்கம் இல்லாமல், கடவுள் விளக்கம் மறைக்கப்பட்டு, புருட தத்துவம் சோர்ந்து, பிரகிருதி தத்துவம் அடங்கி, மனம் தடுமாறி, புத்திகெட்டு, சித்தம் கலங்கி, அகங்காரம் அழிந்து, பிராணன் சுழன்று, கண் பஞ்சடைந்து, காது செவிடாகி, நா உலர்ந்து, நாசி குழைந்து, தோல் மெலிந்து, கை கால் சோர்ந்து , வாக்கு குளறி, பற்கள் தளர்ந்து , மலசல வழி வெதும்பி, மேனி கருத்து , ரோமம் வெறித்து, நரம்புகள் குழைந்து , நாடிகள் கட்டு விட்டு, எலும்புகள் கருகி, இருதயம் வெந்து, மூளை சுருங்கி, சுக்கிலம் வெதும்பி, ஈரல் கரைந்து, இரத்தமும் சலமும் சுவன்று, மாமிசம் குழைந்து கெடுகின்றது.. ஐயகோ பசியின் கொடுமையை என்னவென்று சொல்வது?
பசி வந்தால் பத்தும் பறந்து போகும் என்பார்கள்!
கொரோனா பசிக்கு இலட்சக்கணக்கில் உயிர்கள் பறந்து

கொண்டிருக்கின்றன! ஊருக்குத்தான் லாக்டவுன் போட முடியும்.. பசிக்கு லாக்டவுன் போட முடியவில்லையே?
சிவ தாண்டவம் ருத்ர தாண்டவம் கேள்விப்பட்டிருக்கிறோம் ... கொரோனா பசியின் கோரதாண்டவம் இப்பொழுது பார்த்துக் கொண்டிருக்கிறோம்!
தெருவில், கோயில் வாசலிலுள்ள பிச்சைக்காரர்களின் பசிப்பிணியை நடமாடும் தர்மவான்கள்
போக்கிக் கொண்டிருந்தார்கள்!
ஆற்றுவார் ஆற்றல் பசிஆற்றல் அப்பசியை மாற்றுவார் ஆற்றலின் பின்.. நோய்க்கு.. உணவளித்து மாற்றுவோரின் ஈகையே சிறப்பாகும் என்றார் வள்ளுவர்.
இரண்டு தடவைகள்... பஞ்சத்தில் மக்களின் பசியை போக்க "சத்ய தரும சாலை" ஊரெங்கும் திறந்து பகலில்
கூழ், இரவில் மிளகு கஞ்சி ஊற்றினார் இராமலிங்க வள்ளலார் அன்று ! அதன்பிறகும் 1876-1879ல்.. தாது வருடப் பஞ்சம் சென்னையை தாக்கி ஒரு கோடி பேர் இறந்தனர்.
வீதி தோறும் அடுப்பு வைத்து பிரியாணி அரிசியில் சமைத்து.. வீதியில் உள்ள பிச்சைக்காரர்களின் பசி என்னும் பிசாசை.. போக்குகிறார்கள் தன்னார்வலர்கள் இன்று!
அற்றார் அழிபசி தீர்த்தல் அஃதொருவன் பெற்றான் பொருள்வைப் புழி.... எதுவுமே இல்லாத ஏழையின் கொடிய பசி நோயை போக்குவதே பொருள் பெற்றவன் தன் பொருளை சேமித்து வைக்கும் இடம் என்கிறார் வள்ளுவர்.
ஆப்பிரிக்காவிலுள்ள சோமாலியா நாட்டில் பசியால் பல லட்சம் பேர் இறந்தார்கள் அன்று! கொரோனாவின் கோரப் பசிக்கு உலகெங்கும் பல கோடி பேர் இறக்கிறார்கள் இன்று !
வேலையின்றி முடங்கியே வீட்டுக்குள்
இருந்தோம்; வேதனைகளை சுமந்து சிந்தனையில் ஆழ்ந்தோம்; காலத்தின் கோலத்தால் கவலைகளும் அதிகம் தான் ; ஆழ்ந்தோ
நலிவுற்ற தொழில்கள் உற்பத்தி முடக்கம்... வருவாயின் சுனக்கம்... பசியின் ருத்ரதாண்டவம்..தமிழர்களின் பண்பாம் விருந்தோம்பல் மறந்தோம்!
கொரோனாவினால் விருந்தோம்பலுக்கு மீண்டும் உயிர் வந்தது!

தெருத்தெருவாக ஊர் ஊராக வாழ்வாதாரம் இழந்தவர்களை தேடிச்சென்று பசிப்பிணியைப் போக்க விருந்தளிக்கிறார்கள்
தர்மவான்கள்! கொரோனா பசி முதியவர்கள் இளைஞர்கள் குழந்தைகள் பாரபட்சமின்றி அள்ளிக்கொண்டு போகிறது.
இதை பார்த்து புது தைரியம் கற்று இன்னிக்கி செத்தா நாளைக்கு பால்.. ஆறிலும் சாவு நூறிலும் சாவு .. தற்சமயம் கொரோனாவிலும் சாவு... வருவது வரட்டும் ஏழையின் வயிற்றுப் பசியை விரட்டுவோம்!! அதேசமயம் சமூக இடைவெளியுடன் கை சுத்தம் செய்து, முகக்கவசம் அணிந்து கொரோனா பசியை உலகத்தை விட்டே ஒழித்துக் கட்டுவோம்.

- **வசந்தா**

எங்கோ யாரோ ஒருவன் அழும்குரல்

கைநீட்டி கேட்டிட நாதியி மில்லை வீடாகவீடாக
கையேந்தி சென்றிட வழியு மில்லை...

உற்றாரு மில்லை உறவாரு மில்லை
சுகபோக வாழ்வும் வாழவு மில்லை இனிவாழ வழியு
மில்லை...

அறுசுவைகளில் ஒருசுவை உணவும் கிட்டவு மில்லை
சுவையே இல்லா உணவும் கிடைக்கவு மில்லை...

உண்ணவு மில்லை உணவு மில்லை உறங்கவு மில்லை
உறக்கமு மில்லை கொராணவு மில்லை
பூஞ்சையு மில்லை இறக்கவு மில்லை...

ஆனால் இறந்துக் கொண்டிருக்கிறேன் பசிபட்டினியால்...

- **சரவணன் குமார்**

பசிக்கும் பங்குண்டு!

கடைக் கோடியில் வசிப்பவனோ
கோடியில் புரள்பவனோ
நீ பாகுபாடு பார்ப்பதில்லை
பசிப்பிணியாம் உன்னைப் போக்கு
வேறுபாடு ஒன்றும
வயிற்றில் அல்ல வறுமையில் தான்
வாழ்க்கைப் போராட்டத்தில்
பசிக்கும் பங்குண்டு!
பந்தியில் மிச்சம் வைக்கும் கூட்டம் உள்ளே
மிச்சம் வைத்த உணவுக்கு
காத்திருக்கும் கூட்டம் வெளியே
வீண் பெருமைக்காய் வீணாக்கப்படும்
உணவுக்குத் தெரிவதில்லை உன் ஆடம்பரம்
பசிக் கொடுமைக்காய் வீணாகும் உயிர்களிடத்தில்,
அதுவும் தோற்றுப் போகும்
கண்ணாடிக் கோப்பை முள் கரண்டி
கோதிக் கோதி உண் என்கிறது ஆடம்பரம்
நெளிந்த கிண்ணம் நளிந்த உடல்
கூவிக் கூவிக் கேள் என்கிறது வறுமையின் குரல் .

- ஷாரிகா.தே

பசி உயிர்துளியாய்...

வயிறு கட்டியிழுக்க கண்கள் சுழன்றிட
நா தழுதழுக்க உதடுகள் வெடித்திட
காண்கின்ற பொருளெல்லாம் பலவாக தெரிந்திட
தலைக்கு மேலே ஏதோவொன்று அழுத்திட
பிளவுபட்ட நிலத்தில் வறட்சியினால் வெடிப்பிட்ட
வடிவில் உலகமே காரிருளாய் இருண்டிட
கால்கள் பிறழ நடை தளர்ந்திட
மண்ணில் மயக்கம் கொண்டு விழுந்திட
விண்ணிலிருந்து விழுந்த மழைத் துளியிட
உயிர்த்துளியாய் முகத்தில் சாரல் அடித்திட
இமைகள் திறக்க வேண்டுமென நினைத்திட
வலுவற்ற நிலையில் அதுவும் இருந்திட
பாவமிந்த மூதாட்டி என்றே நினைத்திட
தாகம் தீர தண்ணீர் தந்திட
இரைப்பையை நிரப்ப உணவு வழங்கிட
அமிர்தமாக அன்னத்தை எடுத்தே வாயிலிட
அவசர அவசரமாக உண்பதை நான் பார்த்திட
மயக்கமோ பசியினால் வந்தது என்றாள்!

- **முனைவர் அ. இராஜலட்சுமி**

தாய்ப்பால் பசி!

முதன் முதலில் எடுத்த பசி
தாய்ப்பால் பசி
அங்கு தொடங்கியது எல்லாருடைய
வயிற்றுப்பசி தொடங்கியது தான்
அதுதற்கும் இறக்கும் வரை முடிவு வரவில்லை....
இது என்ன சதி இறைவா!
இறைவா எதற்க்கு படைத்தாய்
இந்த இரைப்பையை
எனக்குள் நீயே
காதொல்லாம் பசியால் அடைக்குது
சிந்தனையும் தோன்றவில்லை
பசி மயக்கத்துல இரைப்பையோ தவிக்குது
பச்ச தண்ணியோ வயித்துகுள்ள
இரைபையோட சூட்டுல
இப்ப ஆவிய போகுது
என்ன வயிறோ காயுது
சிறு வயிற்றுக்கு உணவு தரவோம்
பசி என்றா அரக்கனை
உலகை விட்டு அழிப்போம்!

- **சி.இராஜேந்திரன்**

கொலைகார நுண்கிருமி

கொலைகார நுண்கிருமி
கொரோனா வந்துற்று
கொலைநடுங்க வைக்கிறதே!

பதினைந்து மாதங்களாய்ப்
பாடாய்ப் படுத்திப்
படுகொலை செய்கிறதே!

பேருயிரைக் காத்திடவே
கொரோனாவை விரட்டிடவே
ஊரடங்கைப் பிறப்பித்தார்!

ஊரடங்கு நாட்களிலே
உழைப்போர் பிழைப்பின்றி
ஒடுங்கியே வாழ்கின்றார்!

வறுமையும் பசியுமே
வாட்டியே வதைத்திட
வாழ்வையே வெறுக்கின்றார்!

நிவாரண உதவியும்
நெடுநாள் நீடிக்க
நிதிவசதி வேண்டுமன்றோ?

இயல்பு வாழ்க்கைக்கு
இனியும் தடையென்றால்
இதற்கோர் முடிவென்ன?

தடுப்பூசி போடுவதைக்
கடுமையுடன் செயல்படுத்தித்
தடுத்திடுக கொரோனாவை!

உழைக்கின்ற வர்க்கம்
உழைப்பதற்கு வழிகாட்டி
உயர்வடையச் செய்திடுக!

- **கவிஞர் முடிவை முத்தரசன்**

பசி! பசி! பசி!

அல்லல்படும் ஏழைகளுக்கும் ஏக்கமுடன்
அன்னையைப் போல் பாசமூட்டி
அன்பாய் ஊட்டி விட்டு
ஆறுதலைக் கூறி அரவணைத்திடுவோமே!

இன்றோடு துன்பங்கள் நீங்கிட
இன்பங்கள் என்றும் மலர்ந்திட
இனிமையான வாழ்வு வாழ்ந்திட
இனிப்புடன் பசியைத் தீர்த்திடுவோமே!

ஈகையே கொள்கையெனத் திகழ்ந்து
ஈடுபாட்டுடன் உதவி செய்து
ஈன்றவரைக்கும் பணிகள் செய்து
ஈதலே இனிது என்போமே!

எளியோரைக் கண்டு உருகி
எளிமையுடன் நடந்து கொண்டு
ஏளனமாய்ப் பேசி விடாமல்
ஏக்கமின்றி வாழ்ந்திட உதவுவோமே!

வறுமையுடன் இருக்கும் ஏழைகளுக்கும்
வாடித்துடிக்கும் பிஞ்சுக் குழந்தைகளுக்கும்
வஞ்சனையின்றி உணவினைக் கொடுத்து
வாஞ்சையுடன் நடந்து கொள்வோமே!

வே.பாரதி

பசி(சாக்காடு)

'தனி ஒரு மனிதனுக்கு உணவில்லை எனில்
ஜகத்தினை அழித்திடுவோம்'
அன்றே சொன்னான் பாரதி.
'சோறு கண்ட இடம் சொர்க்கம்' என்ற சொல்லும்
மெய்யானது.
'உண்டி கொடுத்தோரெலாம், உயிர் கொடுத்தாரெனும்'
வாக்கும் உண்மையானது.
'பசி வந்தால் பத்தும் பறந்து போகும்' இதுவும் சரியே?

பிறந்ததும் குழந்தை அழுகிறது வயிற்றுபசி.
வளர்ந்த பின்னும் அழுகிறது அறிவுப்பசி.
கண்ணில் குழி முதுமையில் பசி.
கன்னத்தில் குழி அழகின் பசி.
கிண்ணத்தில் சோறு.
நிலவின் பசி.
எண்ணத்தில் ஏக்கம்
ஏழையின் பசி.
மண்ணில் விதைத்தான்
வானம் பொய்த்தது விவசாயி பசி.

மண்ணை சுரண்டி நீரை அழித்தான் ஆற்றின் பசி.
தண்ணீர் இன்றி வரண்டு கிடக்குது பூமியின் பசி.
மரங்களை வெட்டி இயற்கையை அழித்தான் காற்றின் பசி.
நாயும் பூனையும் மோதிக் கொண்டது பசியோ பசி.
கல்லைத்தான், மண்ணைத்தான்,
காய்ச்சித்தான்
குடிக்க முடியவில்லை.
(இராமச்சந்திர கவிராயர்)

ஆலையும் இல்லை;
வேலையும் இல்லை;
சோலையும் ஏங்கி
கிடக்குது.

சுற்றமும் நட்பும்
சொல்லொணாத்
துயரில்'
சொல்லவும் நா கூசுது.

அப்பாவின் _பசி,! அம்மாவின் _பசி,!
அக்காவின்_ பசி,!
பாப்பாவின்_ பசி,!
தீர்ந்தது!
எங்கள்இறப்பால்_ பசி!

- **வ.சு.வசந்தா**

மரண பசி...

அன்று தொப்புள் கொடி பசி தணித்தது.
இன்று ஒரு கூச்சல் மட்டுமே என் காதுகளில்!
சுற்றும் முற்றும் பார்க்கிறேன்,
ஒவ்வொரு நாளங்களுக்குள் இருந்து வெடித்து சிதறுகிறது
நான் மட்டுமே உணரும் அந்த உயிரின் கூச்சல் !
ஆம் உணவு குழாய் புல்லாங்குழலாய் மாறி
பசி பசி பசி ஆகோர பசி !
பசி பசி பசி மரண பசி !
என , முகாரி ராகத்தில் இசைக்கிறது.
இந்த முகாரி ராகம் ஒவ்வொரு உயிரின் ஒசையாய்
வெடித்து சிதறுகிறது!
எழுத்தாளர் வீட்டு அடுப்பங்கரையில் பூனை தூங்கியது
அன்று!
உலக அடுப்பங்கரையில் பூனை தூங்குகிறது இன்று!
கொரோனா சாவிற்கு கணக்கெடுப்பு உண்டு,
ஆனால், பட்டினி சாவுக்கு .....
வரிசை வரிசையாய் பிணங்கள் காத்திருப்பு
ஈடுகாட்டில்.....

இறைவா நீ தான் மனிதனை படைத்தவன் ஏனில்!
உன் படைப்பில் ஒரு திருத்தம் செய்!
வயிறு இல்லாமல் படைக்க முயற்சி செய்!

- **திருமதி.சாந்தி சரவணன்,**

பசி பட்டினி...

கொரோனாவே நீ விருந்தாளியா வந்தியா...
இல்ல வெறும் தாலி கட்டிக்க வந்துட்டியா...

மகராசி நீ வந்த வேளை
வேலை வித்து போயி
வெத்து ஆளா நிக்குறோமே- உன்னை

வைச்சி வாழவும் வகையில்ல
வாக்கரிசி போடவும் வழியில்லை
வடிச்சி கொட்டவும் வக்குயில்ல
வக்கத்தவன கட்டிக்கிட வழி மாறி
உரு மாறி கருமாரி யாட்டம் கண்டம்
தாண்டி வந்துட்டியா

பசி பட்டினி வாட்டுது எங்கள
பந்தம் சொந்தம் உதவிட வழி இல்லை
அப்படித்தான் இருக்குது எங்க நிலை

உன்னை கொண்டவனுக்கு கொர ஆயிசுனு குறிசொல்ல
கேட்டேன்...
குலசாமியாட்டம் உன்ன கும்பிட்டு கேட்டுகிறேன்
கொரோனா தாயே பூ இழந்து போட்டு இழந்து வாழுறது
என்ன சுகம்
உன் உடல் பசிக்கி எங்க உசுர பலி கேட்பது என்ன நியாயம்
கொடிய கொரோனாவே வந்த வழி போய் விடு
எங்களை நிம்மதியா வாழவிடு!

M.வித்யா

உணவு

வாழ்வில் ஒருமுறையேனும்
வயிற்றில் சுள்ளென்ற
வலி ஏற்பட்டு
பசியை உணர்ந்திருப்போம் !

ஏதோ காரணங்களுக்காய்
நாம் உணவினை
உண்ண முடியாமல்
தவித்திருப்போம் இல்லை
தவிர்த்திருப்போம் !

பணிச்சுமையோ வேறு
ஏதோ சமயத்தில்
நாமாய்
உணவு தவிர்ப்பது
உடலுக்கு மட்டும் வேதனை !

வறுமையில் உண்ண
உணவின்றி தவிப்பது
உள்ளத்திற்கும் தீரா வலி !

உணவின்றி தவிப்போர்க்கு
வெறும் நீரே
ஆகாரமாய் இருந்திருக்கும் !
பசிக்கும் வேளையில்
உணவுக்கு வழியின்றி
வறுமையின் பிடியில்
வாடியிருப்பார்கள் !

எத்தனையோ தாய்மார்
தம் பிள்ளை
பசிக்கு உணவின்றி
கண்ணீர் சிந்தியிருப்பர் !

பேரிடர் காலங்களில்
பிழைத்திருப்போர்க்கும்
பெரும் பாடு
பசி நோயே !

மூன்று வேலையல்ல
ஒரு வேளை
உண்பதும் போராட்டம் தான்
பலர் வாழ்விலும் !

உணவு எளிதாய்
கிடைக்கிறதென்று
வீணாக்க நினைக்கும்
மனங்களுக்கு வேண்டுகோள் !

நீங்கள் வேண்டாமென்று
வீசுவதில் ஓர்
உயிரின் கொலைப்பசி
நிறைந்திருக்கிறது !
அதை விளைவித்த
விவசாயி இரத்தம்
நிறைந்திருக்கிறது !

உணவை மதித்து உண்போம் !
வீணாக்காமல் பாதுகாப்போம்

- **க. சௌபர்ணியா**

தீரா பசி?

அன்னைத் தமிழுக்கு
ஆயிரமாயிரம் கவிதை பசி,

அண்ணாமலையானுக்கு
அழிப்பதில் பசி,

கிருஷ்ணனுக்கு
காப்பதில் பசி,

பிரம்மனுக்கு
படைப்பதில் பசி,

கலைமகளுக்கு
கல்வி பசி,

கவிஞனுக்கு
கற்பனை பசி,

கயவர்களுக்கு
களவு பசி,

வீரனுக்கு
வாளின் மீது பசி,

மன்னனுக்கு
மண்ணின் மீது பசி...

மண்ணுக்கு(நிலம்)
மனிதன் மீது பசி,

தண்ணீருக்கு(நீர்)
தாரை(வழி) மீது பசி,

தழலுக்கு (தீ)
தன்(தீ) மீதே பசி,

காற்றுக்கு(காற்று)
கானங்கள்(ஓசை) மீது பசி,

ஆகாயத்திற்கு(வளி)
அலைகள்(கடல்நீர்) மீது பசி,

பஞ்சபூதங்களுக்கே
பசி தீரவில்லை,

பாமரனின் வயிற்று
பசி தீருமோ?

வியாச முனிவருக்கு
வேத பசி,

திருவள்ளுவருக்கோ
திருக்குறள் பசி...

பாரதிதாசனுக்கு
புரட்சி பசி,

தேசியகவி(பாரதி)க்கோ
தேசவிடுதலை பசி...

படைப்பாளிக்கு
புதுமை பசி,

படிப்பவர்க்கு
புத்தக பசி...

சத்ரியனுக்கு
சண்டை பசி...

சத்தியவானுக்கு
சாவித்ரி பசி,

படித்தவருக்கு
பன்னாட்டு பசி,

பாமரருக்கு
பஞ்சாங்க(ம்) பசி,

உயிர்களுக்கு
உறைவிட பசி,

உயிரினங்களுக்கு
உணவு பசி,

அனைத்துமிருந்தால்
ஆடம்பர பசி,

ஏதுமில்லையேல்
ஏழ்மை பசி,

ஆதரவற்றோருக்கு
அடைக்கல(ம்) பசி,

ஆறுதலற்றோருக்கு
அன்பு பசி,

பள்ளிகளில்
பண பசி,

கல்லூரிகளில்
காசு பசி,

மத்திய அரசுக்கு
மாநிலஅரசு பசி,

மாநில அரசுக்கோ
மக்களின் வரி பசி...

ஆளுமைக்கு
ஆயுத பசி,

சுரண்டல்களாலே
சூழ்நிலை பசி...

கலியுகத்தில்
காணுமிடமெல்லாம் பசி,

பசி, பசி, பசி...

- **வசந்தநிலா**

வயிற்றுப் பசி!

அரைப் பானை
உலை வைத்து
அரிசி பருப்பு வேகுது
அன்றாடம் காய்ச்சி பெலப்பு
அப்படித்தான் போகுது
கைச்செலவுக்கு காசுள்ள
கைக்குழந்தைக்கு சுகமுமில்லை
கழுத்துல கெடந்தத கட்டுனவன் புடிங்கி
கவர்மெண்ட்க்கு குடுத்திட்டான்
சல்க்காறு சாராயப்பானையில
சனங்க வயித்தெறிச்சல்
சத்தம் போட்டு கொதிக்குது
எங்கிருந்து வந்தானோ
எமன் வேசம் போட்டு
எங்க குடிய கெடுக்கிறான்
கொரோனானனு பேரு வச்சி
கொரல் வளையை கடிக்கிறான்
நாட்டரசன் வைத்தியமும்
நாட்டு வைத்தியமும்தான்
நம்மள காக்கனும்

\- **கி.உக்கிரபாண்டி**

பணக்காரர்களின் பசி

----------------*-------------*

பணப் புழக்கத்தில் பழகி
பாச பந்தங்களை விலக்கி
ஆடம்பரங்களுக்கு ஆளாகி
அடியோடு மனித நேயம் மறந்து
இந்த நிலை மாறி.....
இயற்கைக்கு இணங்கி
ஆடு மாடு கோழிகளோடு
லட்சங்களை மறந்து
லட்சியத்தை தேடி ஓடும்
அகோரப்பசி..

- **உமா பாரதி**

வறுமையின் பிடியில்

ஏழை வீட்டின்
அட்சைய பாத்திரம்
எடுக்க குறையா
எச்சில் பாத்திரம்

வேண்டாமல் வந்த
விருந்தாளி
மருந்தில்லா வீட்டின்
மருந்தாளி

கண்ணீரும்
கவலையும்
கைகொள்ள அளவில்

பசியும்
பட்டினியும்
படுத்துறங்கும் பூனையோடு

விழும் மழைத்துளியோ
விரைந்தோடிப் போக
வெட்டிய குளமோ
நீரை மறைக்க
விளையாத நிலத்தில்
எதை விதைக்க

கைப்பிடி உணவிற்கு
கண்கள் பூத்து _ யாரிடம்
கையேந்தி நிற்க

வறுமை தொலைக்க
வந்த திட்டமெல்லாம்
வாசலோடு சென்றிட
வயிற்றை நிறைக்க
வழி தவறி நிற்கிறேன்

சேமிப்பு இருந்திருந்தால்
செழிப்பா இருந்திருக்கும்
வறுமைக்கு வாக்கப்பட்டு
வாக்கரிசிக்கும் வழியில்லை

நெற்றி காசுக்கு
நிலம் கொஞ்சமிருந்தது
நெடுஞ்சாண் வயிறோ
நிலம் தின்று நிற்குது

இரவு நேர
பொத்தல் கூரையில்
பசி மறக்க
நட்சத்திர எண்ணல்கள்

விளைச்சல் தின்ற எலிகள்
எலிகள் தின்ற நான்
சுழற்சி நின்று போனதில்
சுருண்டு போன வாழ்க்கை

ஆற்று நீரும்
ஊற்று நீரும்
தேற்றி வைத்து
தெளிய வைத்தது _ இப்போ

ஆற்று மணலும்
ஊற்றின் வெடிப்பும்
வெப்பத்தை வெளியிட்டு
விளையாடி பார்க்கிறது _ என்னோடு

விதை நெல்லை
வேக வைக்க
விதி வந்து கூப்பிடுது
விழியோர நீரைக் கண்டு

பாரத தாயின் மடிப்புச் சேலையை
பாழும் கடவுள் _ ஏனோ இந்த
பாவியின் வயிற்றில் தந்தான்
பட்டினிக்கு தாரை வார்த்தான்

காக்கா குருவி தின்னது போக
கால் படி கம்போடு
காலம் போனதுண்டு

பொன்னி அரிசி வாழ்வு
பொறந்தவளுக்கு கொடுத்தது போக
பொங்கி தின்ற
பொங்கலோடு போனதுண்டு

எதை தின்று
எடுத்தடி வைக்க

வாழ ஆசைப்பட்ட பிறப்ப _ ஏன்
வாழுறேன்னு கேட்குது
வாசலுக்கு வந்த வறுமை

கழுத்தை பிடிக்க
காலதாமதம் ஏனோ
காத்திருக்கேன் அந்த நாளுக்காய்

- R. **நாராயணசாமி**

விடுதலை

அவள் என் உயிர்த் தோழி,
அவள் வீட்டில் அவள் பெற்றோர் சேர்த்து ஈர்நோன்கு
உயிர்கள் உளன்று பகோண்டுள்ளன வறுமை எனும்
வனோந்தரத்தில் வழி தெரியாமல்

இறைவன் எழுதிய விதியோ !–இல்லை
மனிதன் செய்த சதியோ!
அன்று பட்டினி தீர்க்க பள்ளி வந்தார்கள்
இன்று பட்டினி தீர்க்க பாதையோரத்தில் வியாபாரம்

அவள் தந்தை ஒரு சாதரணர விவசாயி
தன் உதிரத்தை உழைப்பாய் விதைத்து
நம் உணவாய் உயிர்த்துத் தரும்
தன்னைம் அற்ற உலகின் உயர்ந்த படைப்பாளி

ஆனோல் இன்றோ ஏதும் இல்லை
வாங்கி விலதக்க விதை இல்லை
விதைத்ததை விற்க இடம் இல்லை –முடிவாக அவர்கள்
வாழ்வில் இல்லை என் வார்த்தைக்கு குறைவே இல்லை

பட்டினியின் பாசக்கயிற்றுக்கு பலர் பலியாகப் போவது
தெரியாமல் -பயணத்தடை
விதித்தார்கள் பல உயிர்களைக் காக்க

அவள் வீட்டின் அறுதி உயிர்
அது ஒரு ஆறு மாதப் பச்சிளம் குழந்தை
யாரோ பண்ணிய பாவம்
அதன் வாழ்வில் எத்தனை சோகம்

தினமும் பால் கேட்டு தாயின் முலை இழுக்கும்
பானையில்ல் இருந்தால் தான அகப்பையில் வரும்
இழுத்திழுத்து வாய் நொந்தவுடன் –தன்
இடைவிடா முயற்சியினால் உறங்கி விடும்

கவலை கொள்ளாதே சகோதரா! –இன்று
நீ பட்டினிக்கு பரீட்சியமாகிப் போனால் தான்
வருங்காலத்தில் வறுமையின்
வறட்சியால் வற்றிப்போக மாட்டாய்

வினோக்கள் பல இருந்தும்
விடைகள் சொல்ல எவரும் இல்லை
கலங்கரைகள் பல இருந்தும் -இவர்களின் வறுமைக்கு
மட்டும் கரை காண முடியவில்லை

நேற்று வந்த கொரோனாவால்
தொய்ந்து போன சிலரும்
நிதம் தோறும் கொலைப் பட்டினியிடம் தோற்றுப் போகும்
பலரும்
கேட்டு நிற்ப்பது
விடுதலை மட்டுமே..................

- **சிவநயனி சிவகுமாரன்**

"கூடி வரும் நேரத்தில்
கூடாகி போனால் "

ஒரு கோடியில் உறங்கியவனும்
மூடிக் கெடக்கிறான்
தெருக் கோடியில் பொழச்சவனும்
வாடிக் கெடக்கிறான்

ஓடி ஓடி சம்பாரிச்சவனுக்கும்
ஆடிப் போச்சு பொழப்பு
ஆன்லைன் -ல சாம்பாரிச்சவனுக்கும்
குறைஞ்சு போச்சு கணக்கு

சேர்த்து வைச்ச காசெல்லாம்
சேதாரம் தாங்கல
ஆகாரம் இல்லாம அடிவயிறு தூங்கல

- ஒருத்தனுக்கு

அறுத்து போட்ட காய்கறி மூட்ட
சந்தை பேட்ட சேரல
அஞ்சு வட்டி கடன் கூட்டம்

மந்தை ஏற தயங்கல

- ஒருத்தனுக்கு

தினசரி கூலிக்குப் போனாதான்
உலையில அரிசி
ஊரே மௌனம் என்றால்
உறங்குமா ? அவன் பசி

- ஒருத்தனுக்கு

பரிட்சை முடியாம மூளைக்குப் பாரமா
பாட்டி ஊரும் மனசுக்குத் தூரமா

- ஒருத்தனுக்கு

சந்தித்துப் பேசிய காதல்
சிந்தித்து கொண்டிருக்கிறது
எப்ப வரும் நேரம்
முத்தம் தர நேரும்

- ஒருத்தனுக்கு

கஷ்டமும் நஷ்டமும் காட்டியது நோய் -அதன்
இஷ்டத்துக்கு மீளுது இயற்கை தாய்

ஓசோன் ஒட்டுது தேய்பிறை போல
ஓடைத் தண்ணீர் மின்னுது கண்ணாடி போல
நன்மை பாதி தீமை பாதி
நடுநிலை தானே வாழ நீதி
உடம்பின் பேச்சை கேட்டது போதும்
உள்ளத்தில் ஓசை கேட்குது ஏதோ

நீரருந்தி நிலைத்திடலாம் சில நாளு
உயிரின்றி நிலைத்திடுமா ? உடம்புக் கூடு .

ம.சேரன்

வறுமையின் வலி

நாடே இருண்டு கிடக்கு!
நாலு உயிர் சேர்ந்து கூடு கட்டிய கூரை வீடு!
உழைத்தால்தான் கஞ்சித்தண்ணி!
மாடு கண்ணுக்கு தீனி இல்லை!
தினம் தினம் செத்துப் பிழைக்கும் பிழைப்பு என் பொழப்பு!
நாத்து நட்டு பார்த்து பார்த்து வளர்த்த செடியை மழை வந்து பாழாக்கி போச்சு!
காசுக்கு வழி இல்ல!
கேட்பதற்கு நாதி இல்ல!
பசியில் துடிக்கும் பிஞ்சுகள் இரண்டு!
பிஞ்சு பிள்ளையின் நெஞ்சில் ஏக்கம் ஏராளம்!
கல்லூரிக்கு காசு கட்ட இருப்பு இல்லை!
தாய் தகப்பன் தள்ளாட!
வழியில்லா வாழ்க்கையில் வலி மட்டும் வழிகிறது!
பஞ்சத்துக்கு குறையில்ல!
சாகவும் முடியாமல் வாழவும் முடியாமல்
இதயத்தை இறுக்கும் பொழப்பு எங்க பொழப்பு!

- **தாரகை**

பஞ்சம்

வாய்த்த வாழ்க்கையில்
வறுமையே தொற்றியதோ;

அகிலமும் அடங்கிப்போவது
உண்ணும் உணவிலே;
ஏனோ எட்டவில்லை என் வாழ்விலே!

பஞ்சம்
நெஞ்சை
தட்டுகிறதே;

வாழ வழிதேடி,
வந்த வழியில்
நாடுகிறேன்
பசிபோக்கினை!

குருவிக்கூட்டில்
மொட்டொன்று
மலராமலே
சருகாகிறதே;

பத்து ரூபாய்க்கு
படுத்தவிக்கிறது
பரந்த மனமே
பணத்தின் மதிப்பு
குணத்தை
இழக்க வைக்கிறதே;

இறைவா!
இரைதேடி
இரையானேனோ,

ஏழ்மைக்கும்
என்னையே
பிடிக்கிறதோ;

- **மஞ்சு.கி**

பேரிடர் பசி

மணிக்கொரு ஆலோசனை,
நொடிக்கொரு அறிக்கை,
அரசு எந்திரங்கள்,

அயராமல் உழைத்தன,
ஆதுர சாலைகள்
அதிகமாய் முளைத்தன,

அச்சத்தில் குடிகளும்
கூட்டினுள் தஞ்சம்,
உச்சத்தில் குடிகொண்டான்
கொரோனாயெனும் கொம்பன்.

ஊரடங்கு அமல்,
நாடே அடங்கியது
விலக்கு இல்லா
விதிகளும் விதிக்கப்பட்டது,

சுவாசத்திற்கும் கூட
சுதந்திரம் குறைக்கப்பட்டது,
அங்காடிகள், ஆலைகள்
அனைத்தும் அடைக்கப்பட்டது,
ஆதியும், அந்தமுமாய்,
ஆலயங்களும் கூட...

சேமிப்பும் பனியாய்
சிறுகச்சிறுகக் கரைந்தது,
அடுக்களையில் இருப்பும்
எடுத்தெடுத்துக் குறைந்தது,
அடுமனையின் நெருப்பும்
அடுத்தடுத்து உறைந்தது,
அன்னதானம் சிலரால்,

பசிப்பாதி நிறைந்தது,
அதுவும் பலநாளில்,
கானலாகி மறைந்தது

இருவேளை ஒருவேளையாகி,
இடைவெளி நீண்டது,
இருளுமில்லை, ஒளியுமில்லை,
இமைகளும் காய்ந்தது,
இதயமும் துடிக்க
தவணைமுறை கேட்டது,

இறுதியாய் பசியென்னை
நிதானமாய்த் தின்றது,
கொரோனா என்னை
தொடாமலேக் கொன்றது...

- **ஓவியா குமரவேல்**

ஒரு சாண் வயிறு

****

ஒரு சாண் வயிறு பட்டினியால் வாடி, வதங்கி,வற்றி போய் கிடக்குதே!!!

ஒரு பிடி சோற்றுக்கு. காத்து கிடக்கும் போது மனம் எரிமலையாய் வெடிக்குதே!

ஓடி ஓடி உழை த்தாலும் உலை பானை எந்த நாளும்
கொதிக்க வைக்க முடியலையே!!
வாயும் வயிறும் நிரம் பாத புள்ள
குட்டி மூஞ்ச பாக்கும்போது இப்படி ஒரு வாழ்க்கை யானு
கதற தானே தோணுது!

தான,தர்மம் செய் ரொம்னு வரிசை கட்டி பல பேரு
வாறாங்க... எங்க வறுமையா சாதகமா பயன்படுத்தி !!
போட்டோ பிடிச்சி போட்டு நல்ல பேரு வாங்கராங்க!!

ஊருக்கு பேரு சொல்ல உணவகங்கள்
கணக்கில்லாமல் பெருகுது அங்க போய் பசி ஆத்த கையில
சல்லி, காசா இருக்குது!!

என்ன என்னவோ சாப்பிட ஆசையா இருக்குது அந்த கனவு எல்லாம் இந்த ஜென்மத்தில் நடக்குமானு ஆழ் மனசு சொல்லுது!!

கால் வயிறு கஞ்சி குடிச்சதையும் கொரோனா என்னும் அரக்கன் வந்து முழு பட்டினியா மாத்தி போட்டுடுசே!!

இருக்கிறவன் எல்லாம் முழு அடைப்பு வருதுனு கூட்டம் கூட்டமாக போய் பொருள் வாங்கி சேர்த்து வைக்கிறான்!

.

அரசு கொடுக்கும் அரிசி,பருப்பு இருக்குனு நிம்மதி பெருமூச்சு மட்டுமே எங்களை வாழ வைக்குது!!!

இதுவும் கடந்து போகும் என்று நமக்கு நாமே ஆறுதல் சொல்லி தேற்றிக்க வேண்டிய நிலைமையா இருக்குது!!

- **திருமதி காயத்ரி சிவக்குமார்**

பசியாறாத வறுமை

சுருட்டி வைக்கப்படாத
பாயாக மாறியது
வாழ்க்கை
முன்னேறி முன்னேறி
முழமாய் சருக்காமல்
முழுவதுமே சருக்கியது!!

அலைந்து திரிந்து
அரைவயிறு நிரம்பிய
நேரத்தில்
குறைந்து கூடாகும்படி
குடியேறியது கொரானா!!

சமைலறையில்
பூனைக்கு இடம்கொடுத்து
தண்ணீருக்கு சேதி
சொல்லி
கண்ணீரையே வடிகட்டி
காதடைத்து
நாதியற்றுப்போனோம்!!

வீண் பொருட்கள் கூட
இனி விலை பேசிக்கொள்ளும்
அத்தியாவசியப்பொருட்கள்
மட்டும் வீட்டை அலங்கரிக்கும்!!

செலவீனங்கள்
எல்லாம்
பலவீனமாகும்!!

பெருநோய் ஒன்றானாய்
பெரும் பேருவகை பெற்று
இன்றும் நின்றாய்!!

ஏழைக்கும்
பாளைக்கும் நீ
ஏமாத்துக்காரன்
பணக்காரனுக்கோ
நீ
பங்காளி!!

ஒருவன் கஷ்டம்
குறைத்துவிட
ஓடுகின்றான்

ஒருவன் தொப்பையை
குறைத்துவிட
ஓடுகின்றான்!!

வாடும் நிலவை காண்கிறேன்
வறுமையால்
அதை வளர்பிறை என்கின்றனர்
வசதிபடைத்தோர்!!

நானும் வளர்பிறையே
ஆனால்
தேய்கிறேன் வறுமையால்!!

- **மா.வசந்த்குமார்**

வறுமை விதை(தி)த்தது யாரோ?

அவசர நேரத்திற்கு
அடைக்கலம் தரும்
சாலையோர வீதிகள்!

மழைவந்தாலும்
தடுக்காமல் வரவேற்த்திடும்
ஓலைக்குடிசை வீடுகள்!

அறுசுவை உணவா?
என்னவென்று கேட்கும்
நாவின் சுவை நரம்புகள்!

சொகுசு வாழ்வின்
அரிச்சுவடி அறியா
அன்றாட காய்ச்சிகள்!

உலகமதின் ஒருஓரம்
செல்வதில் கொழிக்க
எதிப்புற மறுஓரம்
பசிபிணியில் வாட

கிடைத்த வேலைசெய்து
பார்க்கும் பணத்தில்
அரைசாண் வயிறுக்கு
பாதி – அன்றாட தேவைக்கு
மீதிஎன பூர்த்தி செய்யும்
ஏழை வாழ்வில் மட்டும்
வறுமை விதை(தி)த்தது
யாரோ?

- **மாயாதி**

நெஞ்சில் ஏக்கம்..

நாடே இருண்டு கிடக்கு!
நாலு உயிர் சேர்ந்து கூடு கட்டிய கூரை வீடு!
உழைத்தால்தான் கஞ்சித்தண்ணி!
மாடு கண்ணுக்கு தீனி இல்லை!
தினம் தினம் செத்துப் பிழைக்கும் பிழைப்பு என் பொழப்பு!
நாத்து நட்டு பார்த்து பார்த்து வளர்த்த செடியை
மழை வந்து பாழாக்கி போச்சு!
காசுக்கு வழி இல்ல!
கேட்பதற்கு நாதி இல்ல!
பசியில் துடிக்கும் பிஞ்சுகள் இரண்டு!
பிஞ்சு பிள்ளையின் நெஞ்சில் ஏக்கம் ஏராளம்!
கல்லூரிக்கு காசு கட்ட இருப்பு இல்லை!
தாய் தகப்பன் தள்ளாட!
வழியில்லா வாழ்க்கையில் வலி மட்டும் வழிகிறது!
பஞ்சத்துக்கு குறையில்ல!
சாகவும் முடியாமல் வாழவும் முடியாமல்
இதயத்தை இறுக்கும் பொழப்பு எங்க பொழப்பு!

- **பி.மா.வேதா**

தீராப் பசிப்பிணி...

தீநுண்மி தீண்டலில் சுட்டெரித்த உடலிலும்
தீராப் பசிப்பிணி எரித்தயுயிர் ஏராளம்
திக்கெட்டும் இயல்பு வாழ்க்கை முடங்கவே
திரண்ட மக்களோடு மாக்களுந்தான் வாடின...

வேலையின்றி வீடடைந்த வேளையில் கல்விச்
சாலையீந்த சத்துணவிலும் சங்கடங்கள் சூழ்ந்தது
உலை கொதிக்கின்ற நீர்க்குமிழிப் போலவே
கொலைப் பசியாலே வயிறெல்லாம் எறிந்தன...

வருமானம் வருவழிகள் அடைந்ததால் உற்றதொரு
பெருஞ்சேமிப்பு திறமெல்லாம் தடயமின்றி போனது
அருகிலிருந்த அடிசிலால் உயிர்கள் உதரம்
சுருங்கி இறையளித்த விதிகடிந்து கொண்டன

தாய் மாண்ட சேதியறியால் கரமிரண்டால்
சேயிழுத்த கையறு நிலையிங்கே சூழ்ந்தது
நாய் சடலமுண்டு பசிதீர்க்கும் பஞ்சத்தால்
காயங்காக்கும் வழியின்றி பல்லுயிரும் மாண்டன

சிரமுயர்த்தி போதிக்கும் ஆசானும் பனை
மரமேறி பிழைப்பு நடத்தும் நிலையானது
இரப்போர்க்கு இரவல் வழங்குவதில் முரண்பட்ட
ஈரமில்லா மிருகங்கள் மட்டுமிதில் தப்பில்லை

- **விருதை சசி,**

பசி எனும் அரக்கன்

வயிற்றுப்பசிக்கு உண்டால் போதும்
கழுத்து வரை உண்டு பலன் ஏதும் இல்லை
மிஞ்சியதை தூர எரிவதால் புண்ணியமும் இல்லை
இருப்பதை உண்டு இல்லானுக்கும்
கொடுப்பதே இருப்போனுக்கு உயர்வு

விலைமாதர்கள் பலரும் விரும்பியே ஏற்கவில்லை
வெறுத்தே ஏற்கின்றன வேசி பட்டத்தையும்
அவள் பசிக்கு காமம் தீர்வானது

சிலரின் உடல் பசி ஊடலில் முடிய
கருவிலே கலைப்பில் சில
குப்பைத்தொட்டிக்கு தாய்மை பாக்கியம் தந்த சில
பசி பசி பசி
தீராதே இவன் பசியும்

பெற்றோரை தெருவில் விட்ட தெருநாயுடன்
கூட உவமை செய்யமுடியா கொடும் பாவிகளை
கொன்று குடித்தாலும் தீராது என் பசி

வரி விழுந்த முகம் கையேந்துவதை
காணும் போதெல்லாம் காதறுகிறது
என் கண்களுடன் சேர்த்து என் மனமும்
காணக்கூடாததை கண்டது போல

தேவையை சென்றடையா
உணவைத் தேடியே பல உயிர்கள் பரிதவிக்கின்றனவே
இவன் பசி தீர்க்க
என்னைப்போன்ற சிலரின் தேடுதல் தேவை தொடங்க
தீர்க்க முடியா எனத் தெரிந்தும்
நிறுத்த மனமில்லயே

தீராத இவன் பசி கண்டு விலகி நிற்கவும் மனமில்லயே
வறுமையால் தீண்டப்பட்ட வயிறு

- **மர்யம் அஹமது ஜீலானி சிக்கந்தர்**

... நீங்காத நோய்...

தினசரி வேலையில் தான்
தினமும் அடுப்பிங்கு எரியுது.
தினக்கூலி இல்லா நாளில்
திண்டாட்டமே இங்கு நிலைக்குது.
வறுமையின் வலையில் சிக்கி
பல உயிர்கள் மடியுது.
வருடத்திற்கு புது நோய்கள் வந்து
மீதி உயிர்களைப் பறிக்குது.
அரைவயிற்று உணவிற்காக
அல்லும்பகலும் உழைக்குது.
வேலைகளை இழந்து வேதனையில்
கைகள் ஏந்தி நிக்குது.
சேமித்து வைத்த காசுயெல்லாம்
சீக்கிரம் கரைந்து போகுது.
பிழைப்பிற்காக வாங்கிய கடன்கள்
கழுத்தை இப்போ நெரிக்குது.
பசியால் பல குடும்பங்கள்
வயிற்றில் ஈரத் துணிகளைத்
தினமும் கட்டி படுக்குது.
உணவின்றி பல உயிர்கள்
மரணத்தை தேடிச் செல்லுது.
நோய்களால் ஏற்படும் உயிரிழப்புகளை விட
பசியால் ஏற்படும் உயிரிழப்புகளே அதிகமாகுது.

- **உயிர்த்தெழு நதியா**

கொரோனா அரக்கன்

கொரோனா அரக்கன்
வாழ்க்கையை மட்டும்
முடக்கவில்லை
வாழ்வாதாரங்களையும் சேர்த்து முடக்கியது

ஒருபுறம் வைரஸ்
கண்டு அச்சத்தில்
ஊரடங்கில் உள்ளோம்

மறுபுறம் வயிறு
சுருங்கி உயிர்
பிரிகிறது

பசி மனிதனின்
நிரந்தர சொத்து
அதனைப் போக்க
மருந்து உணவு

கோடி கோடியாய்
பணத்தை பதுக்கும்
மனிதர்கள் வாழும்
உலகம் இது

இங்கேதான் ஒரு
வேளை சவேற்றுக்கும்
கையேந்தும் மக்களும்
உள்ளனர்

தனிஒருவனுக்கு உணவில்லை எனில்
இந்த ஜகத்தினை
அழித்திடுவோம்
என சொன்ன காலம் மாறி
பசியால் வாடுபவர்களை
கண்டு கண்ணீர் மட்டுமே சிந்துகிறோம்

பசி அனைவருக்கும்
வரும் ஆனால்
உணவோ ஒரு சிலருக்கு
தான் கிடைக்கிறது

உணவை வீணாக்காதே
நீ வீணாக்கும் ஒவ்வொரு
உணவும் ஒருவரின்
ஆயுள்

- **ராஜ்குமார்**

அவனாகிய இவள்

செக்கிழுத்து பசியினைப் போக்கி
கற்தூக்கி தொலைதூரம் தாண்டி தாகம் தீர்த்து
கதிர்வீச்சால் வெந்து தம் மக்களை அடைக்காத்து
கிடைக்கும் வேளையினை நீண்ட இரவாய் ஆக்கி
மண் சுமந்து தன் பிள்ளையின் ஒருவேளைக் கஞ்சியினைச் சுமந்து
பசியுள்ள வாழ்வினை வியர்வைத் துளிகளால் தனித்து
மறுவேளை உணவிற்கு மண்டியிட்டு.,
ஆனால் இவனோ, எப்பொழுதும் நீரினால் சூழப்பட்டு
சேர்க்கையின் சூழ்ச்சியால் தரம் கேட்டு
தன் மனைவியையும் மக்களையும் தவிக்க விட்டு
அவர்களின் அரைவயிற்றுக் கஞ்சிக்குத் திக்குமுக்காடச் செய்து
ஆண்மை என்று ஆணாகதிகாரம் புகட்டி
புகையினால் அவர்களின் வாழ்வினையும்
இவனது வாழ்வினையும் பொசுக்கி
குடியினால் தன் குளத்தினை அழித்து
போதைக்கு அண்டம் கொடுத்து
அவச்சொல்லிற்கு தக்க சான்றாகி
தேனீக்களால் அவன் உடையில் ஜன்னல் கட்டப்பட்ட
ஆடையினை உடுத்தித் திரிகிறான்.

- **ப.ஹரிணி**

அம்மாவின் ஞாபகம்

அழுவதா ராசா அம்மா நான்
இருக்கேன்...
அக்கம் பக்கம் கேக்காத அசிங்கமா நினைப்பாங்க....

சோறு தண்ணீ இல்லனனு சோர்ந்து போயிடாத.....
ஓயாம ஒளச்சிட்டு வரும் உங்க அப்பா உனக்குன்னு
எதாவது வாங்கிட்டு வருவாரு.....

உலகம் ரொம்ப பெருசு அது நமக்கான இடம் சிறுசு....
சோர்ந்து போயிடாத.....ராசா

அம்மா நீ சொன்ன வார்த்தை
என் மனசுல இருக்கு
கொரோனா உன்ன கொல்லும் னு நினைக்கல அம்மா.....

கொடிகம்பத்த புடிச்சி இப்டி அழுவேன்னு நினைக்கல
அம்மா.......

ஆறுதல் சொல்ல நீ இருந்த நாளுல
அக்கறை இல்லாம இருந்தேனே அம்மா....
இப்போ அனாதையா இருக்கேனே அம்மா

- **வினிதா**

இறப்பின் வாசல்

கொரோனா என்னும் கொடூரம் கொன்று குவிக்கிறது
மனிதர்களை.
பலரை பிணியால்
பலரை பசியால்

பெருந்தொற்றில் இருந்து பாதுகாத்து கொள்ள ஊரடங்கு
போடப்பட்டது..

தினசரி கூலிக்கெல்லாம்
வேலையும் இல்லை
கூலியும் இல்லை
வயிற்றுக்கு இதுதான் புரியவில்லை

பல நாள் பட்டினி
சில நாள் ஒருவேளை இப்படி
நாட்கள் ஓடுதே

பெரியவங்க நாங்க
தாங்கி கொள்வோம் பசியை வயிற்றில் ,ஈரத் துணியை
போட்டு..

பிஞ்சு பிள்ளை
படிக்கிற பிள்ளை
எப்படி தாங்கும் பசியை

வெளியில வேலைக்கு செல்வதால் நோய் வருது
நோய் வந்தால் மரணமாம்

வீட்டில் இருந்தால் பட்டினி
பட்டினி கிடந்தா தாங்குமா உசுரு
மரணத்தை தழுவிடும் ஒருநாள்...

வீட்டிலும் இருக்க முடியல
வேலைக்கும் போக முடியல
இறப்பின் வாசலை நோக்கிய பயணத்தில் நாங்கள்....

- **கவிச்செம்மல்.ஆ.நித்ய கல்யாணி**

என் தாத்தாவின் வறுமை...

விரைவில் படுக்க சென்று
காலம் தாழ்த்தி எழுபவனின்
தலையில் வறுமை விரைவில்
கூடு கட்டும்.!

நீ வீணாக்கும் ஒவ்வொரு நொடியும்
உன்னை வறுமைக்குள் தள்ளும்.!

வறுமை என்ற நோய்
விலக வேண்டுமானால்,
உழைப்பு என்ற மருந்தைக் கொடு.

திறமையோடு சிறிது பொறுமையும்
இருந்தால் வாழ்க்கையில்
வறுமை என்பதே வராது..
இதை உணர்ந்தவர் வாழ்வில்
துயரம் என்பதே இருக்காது.

இத்துப்போன போன கூரையை
கரையான்கள் அரிக்குது..
ஒட்டிப்போன என்னுடம்ப
பசிவந்து மெல்ல கரைக்குது..
என் வீட்டு அடுப்படியும்
பூனை தூங்கும் இடமாச்சு
பசி மறந்து நான் தூங்கி
வருஷம் பல ஆச்சு..
என் வறுமைக்கும் வாழ்வுக்கும்
தூரம் ரொம்ப நீளுது
என் எலும்புக்கும் தோலுக்கும்
நெருக்கம் ரொம்ப கூடுது..!

மாடு கட்டி போர் அடிச்ச
காலம் எல்லாம் மறந்து போச்சு
இப்போ கஞ்சிக்கே நாதியத்து

நடுத்தெருவு வந்தாச்சு..
வாய்ப்புகள் வசதியெல்லாம்
என்னை விட்டு ஓடிப்போச்சு
தரித்திரம் மட்டுமே ஏனோ
கூடவே தங்கிடுச்சு.!

இறைவா..
இதயத்தில் உண்டாகும் வலியை
மறக்க சக்தி தந்த நீ..
வயிற்றில் உண்டாகும் பசியை
மறக்க சக்தி தருவாயா?

கிழிந்த கந்தலாடை ஏந்திய கைகள்..
தோய்ந்த தோள்கள் தேய்ந்த கால்கள்..
வற்றிய வயிறு ஒட்டிய கன்னம்
பிதுங்கிய விழிகள்..
நீ தந்த வேடத்தை நாள்தோறும்
போட்டுக்கொண்டு திரிகிறேன்.!

கருவறையில் இருள் தந்தாய்
கல்லறை வரை இருள் தருவாய்
என்று நான் எண்ணியதில்லை.!

ருசிக்கு புசிக்கும் மனிதனே
பசிக்கு புசிக்கும் மனிதனை
எண்ணிப் பாருங்கள்.

கடவுளே..
உன் படைப்பில் ஏன் இந்த பிரிவு..
வறுமை தினமும் வாட்டி வதைத்தாலும்
பொறுமை கொண்டு காத்திருக்கிறேன்.

வசதியாய் வாழ ஆசைப்படவில்லை..
வறுமையின்றி வாழவே ஆசை கொண்டேன்.!
வசதி படைத்தவர்கள் அங்கே
ஆடிக்கொண்டு இருக்கையில்

வறுமை கொண்டவர்கள் இங்கே
வாடிக்கொண்டு இருக்கிறார்கள்.!

வறுமையின் நிறம் கருப்பு என்பார்கள்
அது வறுமை கொண்டோரின்
நிறமா இல்லை..
வறுமைக்கு காரணமான
பணத்தின் நிறமா?
என்பது விளங்கவில்லை..!

ஒருவேளை வயிறாரி இருவேளை
மனமாறி..
அடுத்தவேளை ஆகாரம்
அமையுமானு அறியாம..
தெருத்தெருவா திரிவேனே
குப்பமேடு கொடைதருமா
என் குறைப்பசிய தீர்த்து வைக்க.!

கடற்கரைய கல்லறையாக்கி
நீண்டு படுக்க நிலமிருக்க..
ஆறு அடி அளவிருக்க
நான்படுக்க இடமில்லை..!

நமது வீட்டில் வறுமை
கோலம் போட்டது..
அப்பாவின் வருமானம்
சீனி கலக்காத தேனீரை பருக வைத்தது..
அம்மாவின் கண்ணீர் துளிகள்..
நம் உணவிற்கு உப்பாய் ருசித்தது.!

மடியில் பசியிருந்தாலும் மலர்ந்த
முகத்துடன்..
தன் மடியில் சுமப்பதை
நிறுத்தவில்லை நம் பெற்றோர்கள்..!

வறுமையை வரியாக்கி கவியாக்க

வார்த்தை உண்டோ?
வயிற்று பசியை மிஞ்சிய
வலிதான் எதிலுண்டோ?
இதயத்தை நொறுக்கிடும்
இறைவன் தந்த வேடம் இது..
வறுமையை கருவறுக்க
துணியாத உலகு இது.!

- **கவி கவிஞன் இரா சதீஷ் குமார்**

வறுமை வழி நடத்திய பசி

வறுமை வழி நடத்திய
பசி என்னும் படை பலம்
உண்ணா யுத்தத்தில் பல நாட்கள்
வெற்றியையே ஈட்டுகிறது
உதிரத்தை உறிஞ்சி மகுடமாய் சூட்டுகிறது
விடியலைக் கூட இருளாய் காட்டுகிறது

பாலன்னம் கேட்கவில்லை
தேனமுதும் தேவையில்லை
காய்ந்த தேகத்திற்கு
கால் வயிறு கஞ்சி போதும்
வல்லரசு நாடானாலும் வறுமை இல்லா இடமே
உலகில் இல்லை ஏதும்
இலவசமோ! இனாமோ!
வறுமைக்கு வரப்பிரசாதமே
பழையதோ! பாழும் கெட்டதோ!
பசிக்கு பாலன்னமே

வறுமையின் வரமே
பசி என்னும் பரம்பொருளே
அனுதினமும் உழைப்பின் உருப்படியை திண்ணும்
அரக்க குலமே
ஏங்கிய விழிகளில் தேங்கிய கண்ணீர்
கண்ணம் விட்டு அன்னம் தேடுகிறது

வீசும் காற்றும் வறுமை கண்டது
தொழிற்சாலைகளின் பசியால்
நம் மண்ணும் வறுமை கண்டது
பலவழி சாலைகளின் பசியால்
சாமானியர்களுக்கும் வறுமை வந்தது
சில சீர்திருத்தவாதிகளின் சிந்தனையால்

வறுமை எனும் வைக்கோல் குவியலில்

பசி எனும் தீ பற்றி எரிகிறது
தேகமோ புழுவென துடிக்கிறது
தேசமோ மனிதத்துவம் பேசுகிறது
அயராது உழைத்து வாங்கிய
அலங்கார நகைகள் கூட
அடகுகடையில் தான் அழகாய் இருக்கிறது

பசியோடு பழகி விட்டேன்
தாகத்தோடு தங்கிவிட்டேன்
ஏக்கத்தோடு இருந்து விட்டேன்
வறுமையோடு வாழக் கற்றேன்
இப்பிறவியை மட்டுமே வரமெனப் பெற்றேன்...

- **மஞ்சுளாதேவி**

தீநுண்மி

தீநுண்மியின்
தாக்கம் அதிகரிப்பு
பொதுமுடக்கமென
அரசு அறிவிப்பு
வெறிச்சோடியிருக்கிறது
நகரம்
வீட்டிலே முடங்கிக் கிடக்கிறார்கள்
மக்கள்
முடங்காமல் நேரத்திற்கு
வந்து விடுகிறது பசி!

பஞ்சடைத்த செவிகள்;
ஒளியிழந்த விழிகள்;
வறட்சியான வார்த்தைகளென
காய்ந்த அகவயிற்றினழகு
முகத்தில் தெரிய
பொருளீட்ட வழியின்றி
உடல்மனம் சோர்ந்து
பசி மயக்கத்தில்
சாலையோர குடிசையில்
சுருண்டுக் கிடக்கின்றனர்
அன்றாடங்காய்ச்சிகள்!

வறண்டு வறட்சியாக
கிடக்கின்றன
சமையலறையும்
பலரின் வயிறுகளும்
உழைப்பு;ஊதியம்;
உணவு;பசி; வறுமையென
சில சொற்களின் நேரடிப் பொருள்
இப்பொழுது
வயிற்றிற்கும்

தெரிய வருகிறது
பசித்தீயை நீருற்றி
தற்காலிகமாக
அணைக்கின்றனர்

நிவாரணத் தொகை
விரைவில் வழங்கப்படும்
என்ற செய்தி
எங்கோ காற்றில்
மிதந்து வருகிறது
வயிற்றிற்கு உணவில்லாதபோது
செவிக்கு அங்கே ஈயப்படுகிறது

அம்...மா.... என கத்தியவாறு
ஓடி வரும் சிறுமியின் கையில்
யாரோ அளித்த
உணவுப் பொட்டலங்கள்
பசியாறுகிறது குடும்பம்
வாழ்வின் மீதான நம்பிக்கையை
யாரோ வழியெங்கும்
விதைத்துச் செல்கிறார்கள்
நாளை விடிந்துவிடும் என்ற
நம்பிக்கையில் பசியாறி
உழைக்கத் தயாராகின்றனர்
குடி(சைவாழ்) மக்கள்!
இரண்டு வேளை
உணவென்பதே
இவர்களின்
இப்போதைய இலக்கு!

- **பா.சிவகுமார்**

பசி அரக்கன்

பசியரக்கன் சூடினான் புதுமகுடம்
ஏந்தியே நுண்கிருமி ஆயுதம்
பலிகொண்டான் பல்லாயிரம்
உழைப்பினை முடக்கி அடக்கி
வைத்தான் வீட்டுக் காவலில்
வயிறுண்டு பசி கொடுக்க
வகையில்லை வேலை செய்ய
கடைவிரித்தார் கொள்வார் இல்லை
கொட்டினார் வீதியில் விளைபொருளை
பெண்டு பிள்ளையைப் பெற்றோரை
நடந்தேசுமந்தே சென்ற அவலம்
சமையலறையில் எல்லாம் தீர
ரவையை கஞ்சியாய்க் குடித்து
உயிரைக் கையில் பிடித்து
நாளது யுகமாய்க் கழிய
சேமிப்பு உள்ளங்கைநீராய்க் குறைய
மானமே ஆடையாய் மக்களின்று
நம்பிக்கை இழக்காமல் வாழவேண்டும்!
தெய்வமது ஏதோவொரு வழிவகையில்
உலகத்துயிர்களைக் காத்திட வேண்டும்!

- **தேவிகா குலசேகரன்,**

பசியால் தவித்த இந்நாட்கள்

மறந்து போகுமோ? இம்மானுடம்
பசியால் தவித்த இந்நாட்களை.....
கனவு நிறைந்த அவ்வாழ்க்கையும்
கரைந்துதான் போனதென்ன கண்ணீராய்
உழைத்து உண்ட உலகமோ
உள்ளங்கை ஏந்துது உணவுக்காய்
உறக்கமற்று உழைத்த உடம்போ
உதிரம் இழக்குது பட்டினியால்
புண்ணகை நிறைந்த உதடுகள்
புதைந்து கிடக்குது உணர்வுகளற்று
வாடி வதங்கிய மனதுகள்
வற்றி ஒடுங்கிய வயிறுகள்
பாடம் பயின்ற பள்ளிகளோ
படுக்கைகளாய் மாறிய அவலம்
கூட்டம் நிறைந்த தெருக்களோ
கூண்டில் அடைந்த பறவைகளாய்
விடிந்த காலைப் பொழுதுகள்
விடாமற் தொடர்ந்த சரிவுகள்.
என்று மாறுமோ இந்நிலையென
எதிர்நோக்கி நானும் உங்களில் ஒருவனாய்......

- **பா. சீனிவாசன்**

பசி, உனக்கு நேரம்

காலம், எல்லை வரைமுறை,
மேலோர் கீலோர், இனம் என
பாகுபாடே கிடையாது.....!
நமக்கு ஆயிரம் எதிரிகள் இருந்தாலும்,
நேரம் பார்காமல் என்னோடு சண்டைய் ஈடும்
ஒரே நிரந்தர எதிரி, நீ மட்டும்தான்.....!
நம்முடைய இந்த காலத்தில்,
நாய் யார் ? மனிதன் யார்?
என்று கூட, அடையாளம் காண முடிய வில்லை,!
இருவருமே தெருவினிலே ஒன்றாக உறங்குகின்றனர்,!
பசியோடு !
கண்ணீர் விடும் அளவிற்க்கு
பசி.. நீ...கை ஏந்தினால் ஒரு வேலையாவது,
இந்த அரக்கனிடம் இருந்து தப்பிக்க மாட்டோமா
என என்னுகின்ற உயிர்கள்...!
என் வைட்ரில் குடி இருக்கம்
பசியே! நீ இருக்கம் இடமோ வைட்ரில், ஆனால்!
என்னை சில நேரம் உலைக்க வைத்தாய்,!
நேரத்திர்க்கு நியபகா ஊடி ஆனாய்!
என்னூல் இருக்கம் நன்மை கலந்த படைப்பு நீ!
யாருக்கும் உன்னை பற்றி தெரியவில்லை,
நீ இல்லையேல் வேலை செய்ய கூட சோம்பேறி தனப்பட்டு
உலகமே
இயங்காமல் இருந்திருக்கும்...!

- **ஜபேந்திரா.ரா**

பனியில்_உருகும்_சூரியன்

காலவயிறு சோற்றுக்காய்
கனப்பொழுது காத்திருந்து
இருளால் கண்கள்
சுருங்கியே போனது !

காற்றுகூட நெருங்கவில்லை
எந்தன் கருகிய
மெல்லிய தேகத்தினூடே
கலைந்தே சென்றது !

மோப்பமிட்ட நாய்களும்
வெறித்துப் பார்த்தே
குரைத்தே ஓடியது
கானல்நீரே வேண்டாம் !

ஊரே கடந்து
சென்ற அகலப்பாதையிலே
நானோ பறட்டைதலை
கோலமாய் கிடக்கிறேன் !

கிழிசலோடு சட்டையொன்று
என்மீது படுத்துறங்க
தெரிந்த இடைவெளியில்
ஓய்வெடுக்கிறது ஈக்கள் !

மயான வெயிலில்
மதிமயங்கி கிடக்கிறேன்
எந்தன் மன்றாட்டை
கேட்கவே நாதியில்லை !

மடிமீது உண்டான
வயிற்று எரிச்சலுக்கு

விவாதம் பண்ணவும்
என்னிடம் தெம்பில்லை !

முடிவின்றி தொடரும்
எந்தன் தீராத
வறுமைப்பசி பனியில்
உருகும் சூரியனே !

- **அன்புதமிழன்**

பிறந்த வீட்டின் வறுமை

பெண்ணாய் பிறந்தேன்...
பெற்றோரால் வளர்ந்தேன்...
திருமணபந்தம் வந்தது...
மகிழ்ச்சி மனதில் சூழ்ந்தது...
அவர் மனமோ மதுவில் விழுந்தது...
எதிர்பார்ப்பும் ஏமாற்றத்தைத் தந்தது..
ஏக்கமும் கூடவே வந்தது...
குழந்தை ஒன்று பிறந்தது...
குலமும் அதனால் வதைந்தது...
அவர் மனம் பணத்தை நாடியது..
குடும்பமோ தெருவில் ஓடியது...
ஆண்டுகள் பல கடந்தன...
ஆணைகள் பல பிறந்தன...
ஆண்களின் அதிகாரம் மட்டும் கொடிக்கட்டி தான்
பறக்கிறது...
பேசுகின்ற பெண்களையும் தடுக்கிறது...
பிஞ்சு குழந்தையின் முகமும்...
பிறந்த வீட்டின் வறுமையும்...

- **ச. ராதிகா**

அடிக்கடி விடுப்பு

வாகை சூடும்
வரவேற்புக்கே
வண்ண வண்ண விளக்குகளில்
வசந்தம் கண்டோர் பலருக்கு
வசதியான விருந்தளிக்கும்
இவர்களுக்கு எங்கே புரியும்

கால் வயத்து கஞ்சியோட
தலபுள்ள புரிஞ்சிக்குமுனு
கடைசி மகன்
கேட்டத மட்டும்
கடன் பட்டு வாங்கி கொடுக்க
பட்ட கடனை அடைக்கவே
கால்வயித்து கஞ்சிக்கும்
அடிக்கடி விடுப்பு விடும்
இவன் வறுமையின் பசி...

- **கவிஞர் கோகுல் காளியப்பன்**

வறுமை என்ற நோய்

வறுமை என்ற நோய்
விலக வேண்டுமா?
உழைப்பு என்ற மருந்தைக் கொடு!!!

திறமையோடு சிறிது பொறுமையும்
இருந்தால் வாழ்க்கையில்
வறுமை என்பதே வராது உன்னிடம்;
இதை உணர்ந்தால் வாழ்வில்
துயரம் என்பதே இருக்காது!!!

கடவுளே...
உன் படைப்பில் ஏன் இந்த பிரிவு?
வறுமை தினமும் வாட்டி வதைத்தாலும்,
நாங்கள் மிகவும்
பொறுமை கொண்டு காத்திருப்போம்,
அவ்வறுமையை அகற்ற!!!

- **நந்தினி மாரப்பன்**

பாழாப்போன பசி

....

பச்சைக்குழந்தையவும் கூட இந்த/
பாழாப்போன பசி படுத்தி எடுக்குதய்யா!/
பச்சை மிளகாயோட கஞ்சி குடிச்சாலும்/
பசி நிற்குமய்யா!/
ஆனால் அதுக்குகூட வழியில்லாம/
நிர்கதியா நிற்கிறேனே!/
பட்டினி கிடக்கிறேன் பல நாட்களா!/
பசி என்ற நோயால வாடுறேனே!/
வயிற்ற பிடிச்சு பசியால/
வாடிவதங்கி போறேனே!/
வறுமையினால நான் படும்பாடு/
அந்த கடவுளுக்கும் தெரியலயே!/
அய்யா பெரியோரே!/
ஆயிரம் மருந்து கண்டுபிடிக்கிறியலே!/
அதுல ஒன்னு/
பட்டினிய போக்க கண்டுபிடிங்க அய்யா!/

- **தமிழ்மகன் ப.சிவபிரகதீஷ்**

பிரபஞ்ச அனாதைகள்

எதற்காக இப்பிறவியை
எடுத்தோமென்று
எங்களுக்குத் தெரியவில்லை
தெரிந்திருந்தால்
பிறவியை அறுத்திருப்போம்

நாங்கள் மட்டும்
ஏன் இப்பூவுலகில்
முடமாக குருடாக
செவிடாக பேடாக
சஞ்சரிக்கின்றோம்
மனிதப் புழுக்கலோடு
உயிர் பசிக்காக
தினந்தோறும் போராடி
தோற்கின்றோம்

சனத்தொகைக் கணக்கின்
பிழைத் திருத்தப்படாத
புத்தகமாக எங்களை
இறைவன் வெளியிட்டிருக்கிறான்
ஆகையால் யாரும்
படித்துப் பார்க்கவில்லை
அழுக்குப்படாதப் புத்தகமாக
இன்னும்
அலமாறியிலேயே இருக்கின்றோம்

கிளிசலும் கந்தலுமாக
உடை தரித்து
சாலையில் திரிந்து
ஒருவாய் சோற்றுக்காக
யாசகம் கேட்டு
கிடைக்காததால்
எச்சில் இலைமட்டும்
எப்போதாவது

எங்கள் பசியை
அமுத சுரபியாக
பூர்த்தி செய்யும்

எங்கள் வாழ்வு
இன்னும்
எத்தனை நாட்களென்று
எண்ணி எண்ணி
இரவையும் பகலையும்
தொலைத்து விட்டு
வாழ்க்கைப் பாதையில்
விடிவு காலத்தை நோக்கி
பலகாத தூரம் நடந்தே
சென்று கொண்டிருக்கின்றோம்

இங்கு தரையில்
தவறி விழுந்துவிட்ட
தவளைகள் நாங்கள்
கிணற்றில் அல்ல
ஏக்கம் மிகுந்த ஏரியில்
நாங்கள் பிரபஞ்ச அனாதைகள்
நாங்கள் பாடும் சோகங்கள்
இறைவன் காதுகளில்
ஒலிக்காத ராகங்கள்

- **அன்புவேல் வர்மன்**

பசிக்கு ஒரு காலம்!

֍ ஊரடங்கில் இருக்கும் மக்களுக்கு
வயிற்றுப்பசியை அடக்க தெரியவில்லை

֍ மூன்று வேளை சோறு ஒரு வேளையாக குறைந்த போதும்
வயிற்றுப்பசிக்கு அடங்க தெரியவில்லை

֍ உழைக்கும் மக்கள், வீட்டில் முடங்கியிருப்பதை
கண்டும் வயிற்றுப்பசிக்கு அடங்க தெரியவில்லை

֍ தெருவெங்கும் "பூ" விற்பவனின் வீடு "பூ" உதிர்ந்த நாராக கருகுவதை
கண்டும் வயிற்றுப்பசிக்கு அடங்க தெரியவில்லை

֍ உழைப்பவரின் உடனடி பசியாற்றும் டீ மாஸ்டரின் வயிறு ஒட்டி கிடப்பதைக் கண்டும் வயிற்றுப்பசிக்கு அடங்க தெரியவில்லை

֍ ஊசி பாசி விற்பவரின் வீட்டடுப்பில் பூனை தூங்குவதை
கண்டும் வயிற்றுப்பசிக்கு அடங்க தெரியவில்லை

֍ எப்பொழுது பள்ளி திறக்கும், சத்துணவு கிடைக்கும் என்று ஏங்கும் பிஞ்சுகளை கண்டும் வயிற்றுப்பசிக்கு அடங்க தெரியவில்லை

֍ இந்த வயிற்றுப் பசியை கொரோனா எப்பொழுது அடக்கும் என்று
யாருக்கும் தெரியவில்லை

- **சத்யா சம்பத்குமார்**

www.ingramcontent.com/pod-product-compliance
Lightning Source LLC
LaVergne TN
LVHW040334171026
850499LV00046B/2081
9789391423162